அம்பேத்கர் என்ன சொல்கிறார்?

கே. சாமுவேல்ராஜ்

Ambedkar Enna Solkirar? (in Tamil)
K. Samuvelraj
First Published: May, 2015, Reprint: November, 2015

Published by

BHARATHI PUTHAKALAYAM
7, Elango Salai, Teynampet, Chennai - 600 018
Email: thamizhbooks@gmail.com
www.thamizhbooks.com

அம்பேத்கர் என்ன சொல்கிறார்?

கே. சாமுவேல்ராஜ்

முதற் பதிப்பு: மே, 2015, மறுஅச்சு: நவம்பர், 2015

வெளியீடு:

7, இளங்கோ சாலை, தேனாம்பேட்டை, சென்னை - 600 018
தொலைபேசி : 044-24332424, 24332924

விற்பனை நிலையம்

7, இளங்கோ சாலை, தேனாம்பேட்டை, சென்னை - 600 018

திருவல்லிக்கேணி: 48, தேரடி தெரு | **பெரம்பூர்:** 52, கூக்ஸ் ரோடு
வடபழனி: பேருந்து நிலையம் எதிரில் அடையார் ஆனந்தபவன் மாடியில்
ஈரோடு: 39, ஸ்டேட் பாங்க் சாலை | **திண்டுக்கல்:** பேருந்து நிலையம்
நாகை: 1, ஆரியபத்திரபிள்ளை தெரு | **திருப்பூர்:** 447, அவினாசி சாலை
திருவாளூர்: 35, நேதாஜி சாலை | **சேலம்:** பாலம் 35, அத்வைத ஆஸ்ரமம் சாலை,
சேலம்: 15, வித்யாலயா சாலை | **மயிலாடுதுறை:** ரசாக் டவர், 1J, கச்சேரி சாலை
அருப்புக்கோட்டை: 31, அகமுடையார் மகால் | **நெய்வேலி:** சி.ஐ.டி.யூ அலுவலகம்,
மதுரை: 37A, பெரியார் பேருந்து நிலையம் | **மதுரை:** சர்வோதயா மெயின்ரோடு,
குன்னூர்: N.K.N வணிகவளாகம் பெட்போர்ட் | **செங்கற்பட்டு:**1 டி., ஜி.எஸ்.டி சாலை
விழுப்புரம்: 26/1, பவானி தெரு | **திருநெல்வேலி:** 25A, ராஜேந்திரநகர்
விருதுநகர்: 131, கச்சேரி சாலை | **கும்பகோணம்:** ரயில் நிலையம் அருகில்
வேலூர்: S.P. Plaza 264, பேஸ் மிமி , சத்துவாச்சாரி | பேருந்து நிலையம் அருகில்,
தஞ்சாவூர்: காந்திஜி வணிக வளாகம் காந்திஜி சாலை | **விருதாசலம்:** 511A, ஆலடி ரோடு
திருச்சி: வெண்மணி இல்லம், கரூர் புறவழிச்சாலை | **பழனி:** பேருந்து நிலையம்
தேனி: 12,பி, மீனாட்சி அம்மாள் சந்து, இடமால் தெரு
கோவை: 77, மசக்காளிபாளையம் ரோடு, பீளமேடு | **தி.மலை:** முத்தம்மாள் நகர்,
நாகர்கோவில்: கேவ் தெரு, டோத்தி பள்ளி ஜங்ஷன்
சிதம்பரம்: 22A/ 18B தேரடி கடைத் தெரு, கீழவீதி அருகில்
மன்னார்குடி: 12, மாரியம்மன் கோவில் நடுத்தெரு

நினைத்த நூல்கள்... நினைத்த நேரத்தில்...

முன்னீடாக...

உலகத் தொழிலாளர்களே! ஒன்று சேருங்கள்! இழப்பதற்கு அடிமைத்தளையைத் தவிர வேறொன்றுமில்லை!! என்கிற பேராசான் மார்க்சின் அழைப்பு வெறும் உணர்ச்சிமயமானதல்ல. சமூக, பொருளாதார, அரசியல், தத்துவ வழிப்பட்ட அவரது தேடல்களின் நிறைவே அது. தன் சுகமனைத்தையும் இழந்து, உலகையே மாற்றும் அந்த விஞ்ஞான தத்துவத்தை மார்க்ஸ் கண்டடைந்தார். பாட்டாளிவர்க்கத்தின் விடுதலைக்கான தத்துவத் தேவையே மார்க்சியம் என்றால், இந்தியாவில் அதே பாட்டாளிவர்க்கத்தின் மீது திணிக்கப்பட்டுள்ள சுரண்டும் அதிகாரமுள்ள சாதியத்தையும் சேர்த்தொழிக்கும் பேராயுதமே அம்பேத்கரியம்.

நிறுவனப்படுத்தப்பட்டுள்ள சாதியத்தின் தோற்றம், இயக்கம், விளைவுகள், அதன் இருத்தலுக்கான காரணிகள், இந்துமதத்திலுள்ள அதன் வேர், சாதியின் அரசியல், சமூக, பொருளாதார, பண்பாட்டுப் பண்புகள் பற்றியெல்லாம் பிரமிப்பூட்டும் ஆய்வை அம்பேத்கர் முன்வைக்கிறார். தனது வாழ்வின் இறுதிநாள் வரை செயல்பாடும், எழுத்துமாக இருந்த அம்பேத்கரின் படைப்புகள் சாதி, சமயம், பொருளாதாரம், மொழி, சட்டம், நிலம், வணிகம் இப்படியாகப் பரந்து விரிகிறது.

இதுவரை தொகுக்கப்பட்ட அம்பேத்கரின் பேச்சும் எழுத்தும் 37 தொகுதிகளாக தமிழில் வெளிவந்துள்ளன. இவையனைத்தையும் அறிமுகம் படுத்தும்விதமாக அதேநேரத்தில் அம்பேத்கரின் தொகுதிகளை கருத்து சிதையாமல் தொடர் கட்டுரைகளாக அணையா வெண்மணி இதழ் அறிமுகப்படுத்தியது. இப்போது இவை நூலாக்கப்பட்டுள்ளது. இது அம்பேத்கர் தொகுதியைப் பற்றிய அறிமுகம் மட்டுமே. அதன்மீதான விமர்சனமோ, மதிப்புரையோ அல்ல. களப்போராளிகளின் பயன்பாட்டிற்கும், அம்பேத்கரை வாசிக்கத் தூண்டுவதற்கும் உதவும் என்ற நம்பிக்கையில் அம்பேத்கரின் முதல் மூன்று தொகுதிகளின் அறிமுகம் மட்டுமே இந்நூல்.

1
இந்தியாவில் சாதிகள்

9.5.1916 ல் அமெரிக்காவின் நியூயார்க் கொலம்பியா பல்கலைக்கழகத்தில் டாக்டர் ஏ.ஏ.கோல்டன் வைஸ்சரின் மானுடவியல் கருத்தரங்கில் படித்த ஆய்வுக் கட்டுரைத் தொகுதியில் 30 பக்கங்கள் கொண்ட கட்டுரை இது.

சாதியின் தோற்றம், அமைப்பியக்கம், வளர்ச்சி ஆகியவற்றைக் குறித்துப் பேசுகிறார். செனார்ட், நெஸ்பீல்டு, சர்.எச்.ரிஸ்லி, டாக்டர் கெட்கர் ஆகிய ஆய்வாளர்களின் கருத்துகளைக் குறிப்பிட்டு அவற்றின்மீதான தனது விமர்சனத்தையும் பதிவு செய்கிறார். சாதி குறித்தும் அதன் இருத்தல்குறித்தும் தனது விரிவான ஆய்வில் விவரித்து நிறுவுகிறார்.

சாதிக்கும், அகமணத்திற்கும் உள்ள பிணைப்பையும் அகமண வழக்கத்திலேயே சாதி உயிர் வாழ்வதையும் மிகச் சிரத்தையெடுத்து விளக்குகிறார்.

இந்தியாவில் சாதி என்பது மக்களைச் செயற்கையாக கூறுபடுத்திப் பிரித்து அகமணம் புரியும் வழக்கத்தால் ஒன்று மற்றொன்றோடு இணைவதிலிருந்து தடுத்து வரையறுக்கப்பட்ட பிரிவுகளாக ஆக்கியுள்ளது.

நாகரீகமற்ற பழங்காலத்திற்குரிய மிச்ச சொச்சங்களோடு இந்தியச் சமூகமும், அதன் மதங்கள் நாகரிகத் தொடக்க கால தன்மையோடு, பழமையான சட்ட திட்டங்களை வீரியத்துடன் அமுல்படுத்தியும் வருகிறது என்கிறார்.

சாதியின் இயக்கம் அகமணத்தில் உயிர் வாழ்வதால் அகமணத்தைப் பாதுகாக்கிறது. அகமணத்தைப் பாதுகாக்க அது எடுக்கும் தீய முயற்சிகளைப் பட்டியலிடுகிறார். அகமண முறையை கட்டுடையாமல் பாதுகாப்பதற்கு குறிப்பிட்ட சாதிக்குள்ளே ஆண், பெண் எண்ணிக்கை சமநிலையை பேணுவது முன் நிபந்தனையாக உள்ளது. ஆகவே, பின்வரும் நான்கு கட்டுப்பாடுகள், மூலமாக எண்ணிக்கை சமநிலை பேணப்படுகிறது என்கிறார்.

இறந்துபோன கணவனுடன் மனைவியை எரித்துவிடல் (சதி)

கணவனை இழந்த பெண்ணை கட்டுதிட்டுகளுடன் விதவையாக வைத்திருத்தல்

மனைவியை இழந்தவனை பிரம்மச்சரிய ஒழுங்குமுறைக்குள் திணித்தல்

மனைவியை இழந்தவனுக்கு பருவமெய்யாத சிறுமியை மணமுடித்தல்

மிகத் தொன்மையான நிறுவனமாகிய இந்திய சாதிமுறை இதுபோன்ற பழக்க வழக்கங்கள்மீது தன்னை நிலைநிறுத்திக் கொண்டுள்ளது என்கிறார்.

பழம்பொருட்களின் கற்படிமங்கள் (Fossils) தம் வரலாற்றைப் புலப்படுத்துவது போல, பழக்கவழக்கங்களும், நெறிமுறைகளும் எழுதப்படாதவையாகினும் சமூக அமைப்புகளில் இவை உயிர் வாழ்ந்து கொண்டிருக்கின்றன.

உலகில் ஒவ்வொரு மனிதனும் ஏதாவது ஒரு வர்க்கத்தின் உறுப்பினராகவே இருக்கிறான். ஆனால், இந்தியாவில் சாதியும் வர்க்கமும் இணைந்தே இருக்கிறது. அம்பேத்கர் மிகச் சரியான வார்த்தைகளில் இதைக் குறிப்பிடுகிறார்.

சாதியும், வர்க்கமும் அண்டை வீட்டுக்காரர்கள் மாதிரி, மிகச் சிறிய இடைவெளியே இவ்விரண்டையும் தனித்தனியே பிரிக்கின்றது. சாதி என்பது தனித்து ஒதுக்கப்பட்டுப் பாதுகாக்கப்படும் ஒரு வர்க்கமே ஆகும்.

பழக்கவழக்கங்களைக் கடைப்பிடிப்பவர்களாக பிராமணர்களும், அவர்களைப் பார்த்து இதர சாதியினர் பின்பற்றினாலும் மிகக் கடுமையாக கடைபிடிப்பவர்களாக பிராமணர்களே உள்ளதால் இவர்களே இதனைத் தோற்றுவித்தவர்கள் என்றாகிறது. இத்தகைய பழக்கவழக்கங்களை விதிகளாகத் தொகுத்து சாதிதருமத்தைப் போதித்தவனே மனு.

ஒரு வர்க்கத்தைக் கோபுரத்தின் உச்சிக்கு ஏற்றுவதற்காக இன்னொரு சமூக மக்களை விலங்குகளைவிடக் கேவலமான நிலைக்கு தன் எழுத்தாணியாலேயே தாழ்த்திச் சாதித்தவன் இந்த மனு

சாதியின் தோற்றத்திற்குக் காரணங்களாக அம்பேத்கருக்கு முன்பு சொல்லப்பட்ட

1. தொழில்

2. பழங்குடியினர் அமைப்புகளின் எச்சங்கள்

3. புதிய நம்பிக்கையின் தோற்றம்

4. கலப்பின விருத்தி

5. குடி பெயர்வு

ஆகிய ஆய்வுகளை மிகச் சரியான அவதானிப்பு என அம்பேத்கர் ஏற்கவில்லை. தனது ஆழமான ஆய்வின் மூலமாக சாதியின் தோற்றம்பற்றி பின்வருமாறு விவரிக்கிறார்.

பண்டைய சமூகப் பிரிவுகளான புரோகிதர், சத்திரியர், வைசியர், சூத்திரர் ஆகிய பிரிவுகளில் ஒரு பிரிவை சேர்ந்தவர் தமது தகுதிக்கேற்ப பிரிதொரு பிரிவினராக மாற வாய்ப்பிருந்தது. வரலாற்றின் குறிப்பிட்ட காலகட்டத்தில் புரோகிதர் அல்லது பிராமணர்கள் பிறரிடமிருந்து தங்களை பிரித்துக் கொண்டு (Closed Door Policy) பிறருடன் கலவாமல் தனியொரு சாதியினரானார்கள். இவர்களைப் போன்றே பிற பிரிவினரும் சமுதாய உழைப்புப்

பங்கீட்டு விதியின்படி பெரிதும்சிறிதுமாக சிதறிப் போனார்கள். இத்தகைய எண்ணிலடங்கா சாதிகளின் பெருக்கத்திற்கு கருப்பையாக இருந்தது வைசிய, சூத்திரப் பிரிவினர்களே, இராணுவத்தொழில் பல பகுதிகளாக்கிக் கொள்ள இடமளிக்காததால் சத்திரியப் பிரிவினர் போர்வீரர்களாகவும், ஆட்சியாளர்களாகவும் மாற்றம் பெற்றனர். பிறரைப் பார்த்து வாழும் தொற்று நோய் பழக்கம் சமூகம் முழுவதும் பரவியதால், பாகுபாடுகள் வளர்ந்து தனித்தனி சாதிகளாயினர். மற்றவர்களைப் போலச் செய்தல் என்பது, ஆழ்மனத்தில் உறைவிடம் கொண்டுள்ளது. கீழ்நிலையிலுள்ள யாவரும் மேல்நிலையில் உள்ளவர்களைப் பின்பற்றுவது இயற்கை. வேதங்களால் தெய்வமாகத் துதிக்கப்படும் பிராமணர்கள் மனிதகுலத்தின்மீது தங்களது செல்வாக்கை எளிதாகச் செலுத்த முடிந்தது. சதி, கட்டாய விதவைக் கோலம், பேதை மணம் ஆகியவற்றை கடைப்பிடிப்பதின் மூலம் சாதிஅந்தஸ்து பேணப்பட்டது.

பிராமணர்களுக்கு அடுத்த நிலையிலுள்ள பிரிவினர் இம் மூன்று வழக்கங்களையும் பின்பற்றுவதை வலியுறுத்துகின்றனர். தொலைவில் உள்ள சாதிப்பிரிவினர், சாதிபற்றிய நம்பிக்கையை மட்டுமே கொண்டுள்ளனர். சாதிகளின் கட்டுக்கோப்பை மீறியவர்கள் சாதி விலக்கம் செய்யப்படுவதும் புதிய சாதிகளின் உருவாக்கத்திற்குக் காரணமாயின.

பிராமணர்கள் தங்கள் தத்துவங்களின் மூலமாக சாதிகள் பரவுவதற்குக் காரணமாக இருந்தார்கள் என்பது உண்மைதான். ஆனால் பிறரைப் பார்த்து "போலச் செய்தல்" மூலமும், சாதி விலக்கு செய்யப்பட்டதன் மூலமும் வகுப்புகள் சாதிகளாயின என அம்பேத்கர் தனது ஆய்வறிக்கையில் விவரிக்கிறார். எண்ணற்ற ஆதாரங்களையும், சமூக நடைமுறைகளிலிருந்து உதாரணங்களையும் குறிப்பிடும் அம்பேத்கர், இவை ஏற்கத்தக்கவை அல்ல என நிரூபித்தால் இவற்றை கைவிடத் தயங்கமாட்டேன் என்றும் குறிப்பிடுகிறார்.

<h1 style="text-align:center">2</h1>

<h1 style="text-align:center">சாதி ஒழிப்பு 1936</h1>

முதல் தொகுதியின் 70 பக்கங்களைக் கொண்ட இரண்டாவது கட்டுரை, சாதி ஒழிப்பு என்கிற மிக முக்கியமான அம்பேத்கரின் கட்டுரை. லாகூரில் நடக்க இருந்த ஜாத்பட் தோடக் மண்டல் என்ற மாநாட்டுக்காக அம்பேத்கர் தயாரித்த தலைமை உரையே இந்தக் கட்டுரை. இந்த உரையின் சில பகுதிகள் இந்துக்களைப் புண்படுத்துவதாகவும், அதனால் உரையின் உள்ளடக்கத்தில் சில பகுதிகளை நீக்க வேண்டும் என மாநாட்டு அமைப்பாளர்கள் கோரிக்கை வைத்தனர். மிக முக்கியமான அந்தப் பகுதிகளை நீக்க முடியாது என உறுதிபட அம்பேத்கர் தெரிவிக்க, ஜாத்பட் தோடக்

மண்டல் தனது மாநாட்டையே ரத்து செய்துவிட்டது. ஆனால் சரித்திரப் புகழ்பெற்ற இந்தக் கட்டுரை தொடர்ச்சியாக இன்று வரை பதிப்பிக்கப்பட்டு வருகிறது. கட்டுரைக்குள், நாம் சந்திக்கிற அம்பேத்கர் நம்மைப் பிரமிக்க வைக்கிறார். அவரது தரவுகளும், வாதங்களும் அறிவுலகின் மிக உச்சத்தில் அவர் இருந்தார் என்பதை ஐயத்திற்கு இடமின்றி உணர வைக்கிறது. பிறப்பிலிருந்து அவமதிக்கப்பட்ட ஒரு மனிதரை இப்படியாக பேரெழுச்சி பெற வைத்தது, அவரது நிகரற்ற அறிவும், சாதி இழிவுக்கு எதிரான அவரது போராட்ட குணமும்தான்.

இந்திய நாட்டில் சமூகச் சீர்திருத்தத்திற்கான வழி சொர்க்கத்திற்குச் செல்லும் வழியைப் போலவே கரடுமுரடானது

காங்கிரஸ் கட்சியோடு இணை அமைப்பாகச் செயல்பட்ட சமூக சீர்திருத்த அமைப்பான சமூக மாநாடு (Social Conference) மங்கி மறைந்துவிட்டது. இவ்வமைப்பு சாதி ஒழிப்பைக் கண்டு கொள்ளவில்லை. விதவை மறுமணம், பால்ய விவாகம் போன்ற பிரச்சினைகளில் மட்டுமே தலையிட்டது. ஆகவே, அதன் எல்லை குறுகி மறைந்து விட்டது.

சாதியின் வெளிப்பாடான தீண்டாமையை விளக்குவதற்காக- மராத்திய பேஷ்வாக்களின் ஆட்சியில் தீண்டத்தகாதோரின் நிழல் பட்டுவிடும் என்பதால், சாலையில் நடக்க அனுமதியில்லை. தன்னை அடையாளப்படுத்திக் கொள்வதற்காக மணிக்கட்டில் அல்லது கழுத்தில் கறுப்புக் கயிறு கட்டிக் கொள்ள வேண்டும். பின் இடுப்பிலே விளக்குமாறைக் கட்டிக் கொண்டு, தான் நடந்த பாதையைச் சுத்தம் செய்துகொண்டே செல்லவேண்டும். எச்சில் துப்புவதற்கு கழுத்திலேயே மண்கலயம் கட்டியிருக்க வேண்டும் என்றிருந்த கொடுமைகளைப் பட்டியலிடுகிறார்.

தொடர்ந்து 1928 ல் டைம்ஸ் ஆப் இந்தியா பத்திரிக்கை வெளியிட்ட இந்தூர் மாவட்டத்தின் 15 கிராமங்களில் சாதி இந்துக்கள் தலித் பலாய் இனத்தவர்களை தங்கள் கிராமங்களில் வாழ்வதற்கு விதித்த கட்டுபாடுகளை விவரிக்கிறார். குஜராத்தின் கவிதா, ஜானு ஆகிய கிராமங்களின் அப்போதைய வன்கொடுமைகளை மேற்கோள் காட்டி உங்கள் சொந்த நாட்டைச் சார்ந்த பெரும்பான்மை மக்களை பொதுப் பள்ளிக்கூடங்களில் சேர்ந்து படிக்க அனுமதிக்காத நீங்கள் அரசியல் அதிகாரத்தைப் பெற அருகதை உடையவர்கள் தானா? என சாதி இந்துக்களிடம் அரசியல் சுதந்திரமே முதன்மையானது எனப் பேசும் காங்கிரசிடம் கேள்வி எழுப்புகிறார். நாட்டில் நிலவும் சமூக சக்திகளின் உண்மையான நிலைமையைச் சார்ந்தே அந்த நாட்டின் அரசியல் அமைப்பின் ஆணிவேர் அமைகின்றது என்று மாமேதை கார்ல் மார்க்சுடன் பணியாற்றிய பெர்டினண்டு லாசால் 1862 ல் பிரஷ்ய மக்களிடையே பேசியதை மேற்கோள் காட்டுகிறார்.

சமூக விடுதலை, மத விடுதலை என்பதெல்லாம் புறக்கணிக்க முடியாத மனம் சார்ந்த விடுதலை என்பதை விளக்கிட, அயர்லாந்தின் தன்னாட்சி (Home Rule) இயக்கம், ரோம் குடியரசின் பாட்ரீசியன் (Patrician), பிளீபியன் (Plebion) பிரிவினருக்கு சம பிரதிநிதித்துவம் அளிக்கும் ஏற்பாடுகள், மார்டின் லூதர், முகம்மது நபி, மகாராஷ்டிர சன்னியாசிகள், புத்தர் ஆகியோரின் மதப்புரட்சிகள், பிரிட்டன் மற்றும் அமெரிக்காவின் கிறிஸ்துவ மதச் சீர்திருத்தம் (Puritanism) ஆகியவற்றைத் தரவுகளாக்குகிறார்.

அடுத்து சோஷலிஸ்ட்டுகள் பக்கம் நகர்கிறார்.

அதிகாரத்தைக் கைப்பற்றும் புரட்சி ஒன்று இல்லாமல் சோஷலிஸ்ட்டுகள் நினைக்கும் பொருளாதாரச் சீர்திருத்தம் ஏற்படாது. அதிகாரத்தைக் கைப்பற்றுபவர் பாட்டாளியாகத்தான் இருந்தாக வேண்டும். புரட்சியை வெற்றிகரமாக நடத்தி முடித்த பின்பு, தாங்கள் சமத்துவமாக நடத்தப்படுவோம். பிறர் தம்மிடம் சாதி, மத வேறுபாடு பாராட்டமாட்டார்கள் என்று தெரிய வந்தால் ஒழிய சொத்துடைமையை ஒழிப்பதற்கான புரட்சியில் மக்கள் சேர மாட்டார்கள். பாட்டாளி வர்க்கம் ஒன்றுபட்டு ஓரணியாகத் திரள முடியாத நிலையில் புரட்சி எப்படி சாத்தியமாகும். புரட்சிக்குமுன்பு சாதிப் பிரச்சனையைக் கணக்கிலெடுத்துக் கொள்ளத் தவறினால் புரட்சிக்குப் பின்னால் அந்தப் பிரச்சினையைக் கணக்கிலெடுத்துக் கொள்ள வேண்டிய கட்டாயத்திற்கு ஆளாக நேரிடும். நீங்கள் எந்தத் திக்கில் திரும்பினாலும், சாதி அரக்கன் உங்களை விடாது துரத்தி வழிமறிப்பான். அந்த அரக்கனைக் கொன்று ஒழித்தாலன்றி அரசியல் சீர்திருத்தமோ, பொருளாதார சீர்திருத்தமோ பெற முடியாது

ஆகவே, சோஷலிஸ்டுகள் தங்கள் செயல்திட்டத்தில் சமூகச் சிக்கல்களைக் கணக்கில் எடுத்துக் கொள்ள வேண்டும் என்கிறார்.

தொடர்ந்த பக்கங்களில் சாதியின் இயல்பு, அதன் தீய விளைவுகளைப் பற்றி விவரிக்கிறார்.

சாதி அமைப்பு தொழில்களை மட்டுமல்ல; தொழிலாளர்களையும் பிரிக்கின்றது

இனமேம்பாட்டு நோக்கம் கொண்டது என்ற வாதத்திலும் உண்மையில்லை. காரணம், இந்தியர்களில் 100க்கு 90 பேர் இராணுவத்திற்குத் தகுதி அற்ற உடல் திறன் கொண்டவர்களாகவே உள்ளனர்) இன்றைக்கு இருக்கிற பல்லாயிரம் சாதிகளுக்குப் பதிலாக சதுர்வர்ணம் எனப்படுகிற நான்கு வருணமுறை மீண்டும் வர வேண்டும் என்ற கொள்கையுள்ள ஆரிய சமாஜிகளுக்குப் பதிலுரைக்கும் விதமாக கட்டுரை தொடர்கிறது.

தகைமையை அடிப்படையாகக் கொண்ட சதுர்வர்ணத்தில் பிராமணர், ஷத்திரியர், வைசியர், சூத்திரர் என்று பிறப்பை அடிப்படையாக் கொண்ட பழைய நாற்றமெடுத்த பெயர்களைத் தொடர்ந்து பயன்படுத்துவது ஒரு சூழ்ச்சி வலையேயாகும். மனிதர்களை சில வகுப்புகளாகப் பிரித்து அஞ்சறைப் பெட்டியில் போடுவது போலப் போட்டு விட முடியாது எங்கெல்லாம் ஒரு கூட்டம் தம் சொந்த நலன்களைக் காத்துக் கொண்டுள்ளதோ, அங்கெல்லாம் சமுக விரோத, வெறுப்பு மனப்பான்மை காணப்படும். இந்த சமூக விரோத மனநிலையே அந்தக் கூட்டத்தார் மற்ற கூட்டத்தாரோடு முழுமையாக கலந்து உறவாடுவதைத் தடுக்கிறது

இந்த சதுர்வர்ணம் பராமரிக்கப்பட வேண்டும் என்றால், இராமன் சம்புகனைக் கொன்றது நியாயம் என்றாகிறது. சதுர்வர்ணத்தைப் பாதுகாக்க சட்டங்களும், மீறுவோருக்கு மனு அருளிய தண்டனைகளும் தொடர வேண்டும் என்றாகிறது. மேலும் சதுர்வர்ணத்தில் பெண்களின் நிலை என்ன? எல்லா வகுப்பைச் சேர்ந்த பெண்களும் உங்கள் கோட்பாடுபடி இழிவானவர்களா, அல்லது அந்தந்த வகுப்பிற்கு உரிய வேலைகளைச் செய்ய அனுமதிப்பீர்களா. பெண்கள் புரோகிதர்களாகவும், போர்வீரர்களாகவும் வருவதை ஏற்பீர்களா என்கிறார். **பெண்கள் சாராயம் காய்ச்சுவதைக் கூட ஏற்பீர்கள்; புரோகிதர்களாக வருவதை ஏற்பீர்களா)** ஆகவே, அது மீண்டும் மனுவின் அமைப்பிற்கு செல்வதுதான் என்று சதுர்வர்ணத்தை ஆதரிப்பவர்களுக்கு பதிலளிக்கிறார்.

தொடர்ந்த பக்கங்களில் சாதி அமைப்பின் பாதுகாவலனாக இந்துமதம் இருப்பதை எடுத்துக் காட்டுகிறார். இந்துமதமே விதிகளால் ஆன மதம் என்கிறார். இதற்கு மாற்றாக தத்துவங்களால் ஆன மதம் ஒன்று வேண்டும் என்கிறார்.

சாதிமுறை, இந்துக்களின் மூச்சுக் காற்று என்பதில் சந்தேகமில்லை. ஆனால் இந்துக்கள் அந்த மூச்சுக் காற்றால் சுற்றிலும் உள்ள காற்று முழுவதையும் கெடுத்துவிட்டார்கள். அதன் மூலம் சீக்கியர், முஸ்லீம், கிறிஸ்துவர் உள்ளிட்ட அனைவரும் நோய்த் தொற்றுக்கு உள்ளாகியிருக்கிறார்கள்)

சாஸ்திர, சம்பிரதாயங்கள் எவ்வாறு சாதியின் பின்னால் செல்ல மக்களைப் பயிற்றுவிக்கிறது என்பதை ஏராளமான சமஸ்கிருத ஸ்லோகங்களை மேற்கோள் காட்டி விளக்குகிறார்.

சாதி ஒழிப்பிற்கு சமபந்தி போஜனம் அல்ல; கலப்பு மணங்களே உதவ முடியும் என்கிறார். காரணம், கலப்பு மணங்கள் என்பது சாதியை நேர் எதிர் கொண்டு மோதுவது என்கிறார்.

இந்துமதம் பழங்கால விதிகளால் ஆனது. இந்து மதத்தில் உள்ள வேதங்கள், சாஸ்திரங்கள், புராணங்கள் அதிகாரபூர்வமற்றதாக்கப்படவேண்டும். புரோகிதத் தொழில் இல்லாமல் இருப்பது நல்லது. தேவையென்று கருதினால் அது பரம்பரைத் தொழிலாக இருக்கக்கூடாது. இதர பணிகள் போல் தேர்வு, பட்டம் என்ற அடிப்படையில் அரசுப் பணியாக இருக்க வேண்டும். இதன்மூலமாக ஒரு ஜனநாயகத் தன்மை ஏற்படும். மதம், சுதந்திரம், சமத்துவம், சகோதரத்துவம் என்ற அடிப்படையில் இயங்கவேண்டும். சாஸ்திரங்களின் அதிகாரத்தை ஒழிக்க வேண்டும்.

செயல்படுத்த முடியாத அறநெறிக் கோட்பாடுகளை உருவாக்கும் சமூகக்குழு வாழ்க்கைப் போராட்டத்தில் தோற்று, இறுதியாக அழிந்து போய்விடும்.

இந்துக்களின் மதமும் அதன் அறநெறிக் கோட்பாடுகளும் வெற்றிக்கு உதவுகிறதா?

காலங்கடந்த பயனற்றுப் போன விஷயங்களும் அறிவுக்குப் பொருந்தாத தவறுகளும் சுமையாகச் சேர்ந்து விடுகின்றன. ஒரு சமூகம் உயர்வதற்கு சிறந்த அம்சங்களை மட்டும் பாதுகாத்துக் கொடுப்பது போதுமானது.

எல்லாமே மாறுபவை என்பதையும், தனிநபருக்கும், சமூகத்திற்கும் மாற்றம் என்பது வாழ்க்கையின் சட்டம் என்பதையும் உணர வேண்டாமோ?

இவ்வாறு, இந்துமதத்தின் பழமைவாதத்தையும் இந்திய சமூகம் முழுதையும் சாதியத்தால் பாழ்படுத்துகிற அதன் வர்ணமுறை பற்றியும் ஆழமான விமர்சனங்களை முன்வைக்கிற அம்பேத்கர் அவர்கள், இந்து மதத்தில் இருந்து தான் வெளியேற இருப்பதையும் குறிப்பிடுகிறார்.

இறுதியாக, இந்து மதம் சாதியற்ற சமூகமாக மாறினால்தான் அது தன்னைப் பாதுகாத்துக் கொள்ளவதற்கு வேண்டிய பலத்தைப் பெறமுடியும் என்று கட்டுரை நிறைவுபெறுகிறது.

இந்தக் கட்டுரையையும், அம்பேத்கரையும் விமர்சித்து காந்தி ஹரிஜன் பத்திரிக்கையில் எழுதுகிறார்.

அம்பேத்கர் மேற்கோள்காட்டும் ஸ்மிருதி வாசகங்கள் ஆதாரபூர்வமானதல்ல. சாதிக்கும் மதத்திற்கும் எந்த உறவுமில்லை. கட்டளைப்படி போதனை நெறிகளைப் போதிக்கும் பிராமணனுடைய பணியும், துப்புரவு செய்யும் தோட்டியின் பணியும் சமமானவையே. இவர்கள் சரிவர ஆற்றும் பணிகள் தெய்வத்தின் முன்னிலையில் சம மதிப்புள்ளவை. இவ்வாறு காந்தியின் விமர்சனம் செல்கிறது.

ஜாத்-பட்-தோடக் மண்டலைச் சேர்ந்த சாந்த்ராம் காந்திக்கு எழுதும் கடிதத்தில் அம்பேத்கரின் கருத்தோடு முழுமையாக உடன்படுவதாகவும் காந்தியின் கருத்துக்களே தவறானது என்றும் கூறுகிறார். இந்துமதத்தில் இருந்து வெளியேறிவிடப் போகிறேன் போன்ற சில கருத்துக்களால் மட்டுமே நிகழ்ச்சியை ரத்து செய்தோம் என்கிறார்.

காந்திக்கு விரிவான பதிலுரையை அம்பேத்கர் எழுதுகிறார். சமஸ்கிருத சாஸ்திரங்களில் கைதேர்ந்தவர் எனச் சொல்லப்பட்ட திலகரின் நூலில்தான் மேற்கோள் எடுத்து உள்ளேன். ஆகவே அதிகாரப் பூர்வமானதே.

சமூகநீதியின் அடிப்படையிலான சமூக அளவுகோலைக் கொண்டே மக்களையும், அவர்களின் மதத்தையும் மதிப்பிட முடியும், ஆனால் சிந்திப்பதில் நம்பிக்கையற்றவராக மகாத்மா காணப்படுகிறார். ஞானிகளைப் பின்பற்றுவதையே அவர் விரும்புகிறார். புனிதக் கருத்துகளுக்கு வணக்கம் செலுத்தும் வைதிகரைப் போல - எங்கே சிந்திக்கக் தொடங்கிவிட்டால் தான் பற்றிக் கொண்டுள்ள இலட்சியங்களும், கோட்பாடுகளும் பாழாய்ப் போகுமோ என்று பயப்படுகிறார். அவர் நிலை பரிதாபத்திற்குரியது என்று காந்தியை

பற்றிய தனது விமர்சனத்தைப் பதிவுசெய்வதோடு காந்திபற்றிக் கொண்டுள்ள மதமும் அதன் கொள்கையும் எவ்வாறு சமூக நீதியை புறம் தள்ளுகிறது என்றும் தெரிவிக்கிறார்.

3

மொழிவாரி மாகாணப் பிரச்சினை சிந்தனைகள்

மத்திய அரசும், பல மாகாண அரசுளும் இருக்கும்.

பாதகங்கள்

மாகாணங்களில் தனது நலன் என்ற மனப்பாங்கு அதீதமானால் மத்திய அரசின் செயல்பாடு பாதிப்படையும்.

அத்தனை மாகாணங்களின் அதிகாரப்பூர்வ மொழிகளில் மத்திய அரசு நிர்வாக உறவுகளை மேற்கொள்ள வேண்டியதிருக்கும். உச்சநீதிமன்றம் இத்தனை மொழிகளையும் கையாள முடியுமா? இதுவெல்லாம் நடைமுறைச் சிரமங்களை ஏற்படுத்தும்.

பலன்கள்

பொதுமொழி, இலக்கியம், பொது மரபுகள், பழக்கவழக்கங்களில் பொது உணர்வு ஆகியவற்றின் மீது தான் மக்களின் ஓரினத்தன்மை சார்ந்திருக்கிறது. (மக்கள் தொகையில் ஓரினத் தன்மை சொண்டிருக்கும் ஒரு மாநிலம் உண்மையான ஜனநாயக முடிவுகளுக்காகச் செயலாற்ற முடியும். ஏனெனில், அரசியல் அதிகாரத்தைத் துஷ்பிரயோகம் செய்வதற்கு வழிகோலும் சமூக எதிர் உணர்வுகள் என்ற செயற்கை இடையூறுகள் அங்கு இல்லை.) ஆகவே, மாநிலங்கள் மொழியை அடிப்படையாகக் கொண்டு உருவாக்கப்படுவது சிறப்பானது.

ஒத்திப் போடக் கூடாது

இக்கோரிக்கை புதிதல்ல. கிழக்கு பஞ்சாப், ஐக்கிய மாகாணம், பீஹார், மேற்கு வங்காளம், அஸ்ஸாம், ஒரிஸா என ஆறு மொழிவாரி மாகாணங்கள் அமைக்கப்பட்டுவிட்டன. இதே நியாயத்தின்படி பம்பாய், சென்னை, மத்திய மாகாணம் ஆகியவை மொழிவாரி மாகாணங்களாக வேண்டும் எனக் கிளர்ச்சி செய்வதில் தவறில்லை. இப்பகுதிகளில் நிலைமை கொந்தளிப்பாக உள்ளது. மேலும் சூடாக அனுமதிக்கக் கூடாது. இந்தியாவின் ஒற்றுமைக்குப் பங்கம் ஏற்படாத வகையில் மொழிவாரி மாகாணங்கள் அமைக்கப்பட வேண்டும். மாகாணங்கள் தனித் தனித் தேசங்களாக மாறிவிடக் கூடாது. (ஒரு திசையில் பிணைப்புகளைத் தளர்த்துவதும், அதே சமயம் மற்றொரு திசையில் அவற்றை இறுக்கிச் சேர்ப்பதும் தவறில்லை)

ஒவ்வொரு மாநிலமும் தனது மொழியை மட்டும் அதிகாரபூர்வமான மொழியாக அறிவித்தால் நாடு முழுவதுமான தொடர்பில் பெரும் சிக்கல்கள் ஏற்படும். ஆகவே, ஒரு அனைத்திந்திய மொழியும் அதிகாரப்பூர்வமாக இருக்க வேண்டியது அவசியம். (ஒரே ஒரு

வித்தியாசம் யாதெனில், அதிகாரப்பூர்வ மொழி ஆங்கிலமாக இருக்காது, வேறொரு இந்திய மொழியாக இருக்கும்)

மகாராஷ்டிரம் ஒப்பேறத்தக்க மாகாணமா?

பரப்பளவு, மக்கள்தொகை, வருமானம் ஆகியவை ஒரு மாநில உருவாக்கத்திற்கு தேவையாக உள்ளது. மகாராஷ்டிரம் இதற்குத் தகுதியானது என்பதை விளக்க அம்பேத்கர் முக்கால் பக்க புள்ளி விவரங்களைத் தருகிறார். உதாரணத்திற்கு ஒன்று; அமெரிக்க நியூயார்க்கில் அதன் மக்கள் தொகை 1,26,32,890. அமையவிருக்கிற மராட்டிய மாநிலத்தின் பரப்பு 1,33,466 சதுர மைல்கள், அதன் மக்கள் தொகை 2,15,85,700.

மொழிவாரி மாநிலங்களின் தேவை இந்தியாவில் அதிகமாகவே உள்ளது. தமது ஆட்சியின் இறுதிக் கட்டத்தில் தான் பிரிட்டிஷ் இதை உணர்ந்தது. வங்காளம், பீஹார், ஒரிஸா பிரிட்டிஷார் ஏற்படுத்தியவையே. மொழிவாரி மாநிலங்கள் அமைவதற்கு முன்பே 1920 ல் காங்கிரஸ் தனது கட்சிக் கட்டமைப்பை மொழிவாரிப் பிராந்திய அடிப்படையில் வகுத்துக் கொண்டது. 1946 பதவி ஏற்றபின்புதான் அப்பொறுப்பின் சுமையை உணர்ந்தது. நாடாளுமன்றத்தில் உறுப்பினர் ஒருவரின் விவாதத்திற்குப் பிறகே பிரச்சனை சூடானது. வழக்கறிஞர் திரு. தார் (Dhar) தலைமையில் இதற்காக குழு அமைக்கப்பட்டது. மகாராஷ்டிராவில் பம்பாயை இணைக்கக்கூடாது என விநோத பரிந்துரையை அக் குழு செய்தது. அதன்பிறகு நேரு, சர்தார் வல்லபாய் பட்டேல், பட்டாபி சீதாராமய்யா ஆகியோரைக் கொண்ட குழு அமைக்கப்பட்டது. அக்குழு உடனே ஆந்திரம் அமைக்கப்பட வேண்டும் என்றது. சென்னை தமிழர்களுக்கே என்றது. டி.பிரகாசம் உள்ளிட்ட ஆந்திரர்கள் அதை எதிர்த்தனர். கிடப்பில் போட்டுவிட்டனர். பிறகு திருபொட்டி ஸ்ரீராமுலு உண்ணாவிரதம் இருந்து உயிர்த் தியாகம் செய்த பிறகே ஆந்திரம் சாத்தியமானது.

ரெட்டி மாநிலம் கூடாது...

மொழிவாரி மாநிலங்களின் மதம்பற்றிய விவரம் மட்டுமே அரசிடம் உள்ளது. அங்கே உள்ள சாதிகளின் விவரம் வேண்டும். ஆதிக்கம் செலுத்துபவர்களாக பஞ்சாபில் ஜாட்களும், ஆந்திராவில் கம்மா, காப்பு, ரெட்டி வகுப்பினர்களும் உள்ளனர். தீண்டத்தகாதவர்களே அடிமைகளாக உள்ளனர். மொழிவாரி மாநிலங்களில் தீண்டத்தகாதவர்களின் நிலை என்னவாகவிருக்கும்! சட்டமன்றத்திற்குத் தேர்தெடுக்கப்படுவார்களா? அரசு வேலை கிடைக்குமா? பொருளாதார மேம்பாடு அடைய முடியுமா? ஜாட் மாநிலம், ரெட்டி மாநிலம், மராத்தியர் மாநிலம் என்றாகிவிடக் கூடாது. (ஒரு மாநிலம் எப்படி அமைந்தாலும் சரி, அதற்கென கட்டுப்பாடுக;ள் தேவை, வகுப்புவாரி பெரும்பான்மை தனது அதிகாரத்தைப் பயன்படுத்தி சிறுபான்மை வகுப்பினரை அடக்கியாளக் கூடாது)

ஜனநாயகப் பாதையைச் செப்பனிடவும், இனக் கலாச்சாரப் பதற்ற நிலையை அகற்றவும், மொழிவாரி மாநிலங்கள் அவசியமாகிறது. ஆனால், பிராந்திய மொழிகளால் ஒன்றுபட்ட வலிமையான இந்தியா என்பதற்கு ஆபத்து நேர்ந்துவிடக் கூடாது.

வடக்கும்., தெற்கும்

மாநிலங்கள் மறுசீரமைப்புப் பொறுப்பாண்மைக் குழுவின் முன்மொழிவுகளைப் பற்றி அம்பேத்கர் தனது ஆழமான விமர்சனத்தைப் பின்வருமாறு தெரிவிக்கிறார்.

உத்தரப் பிரதேசத்தையும், பீஹாரையும் முன்பிருந்த மாதிரியே அப்படியே விட்டுவிடுவதன் மூலமும், மத்தியப் பிரதேசத்துடனும், ராஜஸ்தானுடனும் புதிய பிரதேசங்களை இணைத்து மேலும் பலப்படுத்துவதன் மூலமும் வடக்கு பலப்படுத்தப்பட்டுள்ளது. ஒரு மாநிலம் (உத்திரபிரதேசம்) மிதமிஞ்சிய அளவுக்கு மத்தியில் செல்வாக்கு செலுத்த அனுமதியளிப்பது அபாயகரமானது (உத்திரபிரதேசத்திற்கு வெளியே அவநம்பிக்கையும், சந்தேகமும், மனக்கசப்பும், எதிர்ப்பும் ஏற்படவே செய்யும்)

(வடக்குக்கும் தெற்குக்கும் இடையே மிகப் பெரிய வேறுபாடு உள்ளது. வடக்கு மிதவாத மனோபாவம் கொண்டது. தெற்கு முற்போக்கு எண்ணம் கொண்டது. வடக்கு மூட நம்பிக்கையில் மூழ்கிப் போயிருப்பது, தெற்கு பகுத்தறிவுப் பாசறையாக இருப்பது, தெற்கு கல்வித் துறையில் முந்தி நிற்பது, வடக்கு இத்துறையில் பிந்தியிருப்பது, தெற்கத்திய கலாச்சாரம் புதுமையானது, வடக்கத்திய கலாச்சாரம் பழமையானது)

வடக்கே, இறந்துபோன கணவன்மார்களுடன் மனைவியை எரிக்கும் கொடூரமான சதி வழக்கம், நிர்வாண சாமியார்கள் கொட்டமடிப்பது, முதல், பிரதமரும், ஜனாதிபதியும் காசிக்குச் சென்று பிராமணர்களின் வேள்வியில் பங்கேற்றது, இத்தகைய பிற்போக்கைத் தெற்கு சகித்துக் கொண்டிருக்காது.

தீர்வு

வடக்கின் அச்சுறுத்தலைச் சமாளிப்பதற்கு தென் மாநிலங்களைப் பெரிதாக்குவது சாத்தியமில்லை. உத்திரப்பிரதேசம், பீஹார், மத்தியப்பிரதேசம் ஆகிய வட மாநிலங்களைப் பிரிப்பதே இதற்குத் தீர்வாக முடியும். இம் மாநிலங்களைப் பிரிப்பதால் உருவாகும் மாநிலங்களும், ஒரே மொழி பேசக்கூடிய மாநிலங்களாகவே இருக்கும். இது மொழிவாரி மாநிலக் கோட்பாட்டிற்கு எதிரானதல்ல.

4

பெரும்பான்மையினரும், சிறுபான்மையினரும்

சமூக அமைப்பு அரசியல் அமைப்பின் செயல்பாட்டை மாற்றுகிறது. இந்தியாவில் சமூக அமைப்பு சாதிமுறையாக உள்ளது. இது இந்துக் கலாச்சாரத்தின் படைப்பு. கிராமத்தின் நிலம் பெரும்பான்மை சாதிகளிடம் உள்ளன. ஆகவே சிறுபான்மைச் சாதிகள் அவர்களை அண்டி வாழ்கின்றன. (அரசியலில் சாதி முறையால் ஏற்படும் விளைவுகள் வெள்ளிடை மலை. கைப்புண்ணுக்கு கண்ணாடி தேவையில்லை)

தேர்தல்களில் சாதிமுறை ஆதிக்கம் செலுத்துகிறது. சிறந்த வேட்பாளர் என்பதைவிட, தனது சாதி வேட்பாளர் என்பதே முன்னுரிமை பெறுகிறது. பெரும்பான்மைச் சமூக வேட்பாளரே வெற்றிபெற முடிகிறது. ஆகவே, பெரும்பான்மைச் சமூகத்தவரே வேட்பாளராக நிறுத்தப்படுகிறார்.

மொழிவாரி மாநிலங்களில் இது மேலும் கூர்மையடையும். சிறுபான்மைச் சாதியினர் மேலும் நசுக்கப்படலாம். ஒரு சாதி மற்றொரு சாதியை ஆள்வதை அனுமதிக்க முடியாது. பெரும்பான்மை என்பது இரண்டு வகைப்பட்டது. (1) வகுப்புரீதியான பெரும்பான்மை (2) அரசியல் பெரும்பான்மை. அரசியல் பெரும்பான்மை என்பது வளர்ச்சியால் வருவது, வகுப்புப் பெரும்பான்மை பிறப்பால் வருகிறது. இங்கே அரசியல் பெரும்பான்மையை வகுப்பு ரீதியான பெரும்பான்மை தட்டிப்பறித்து விடுவது நியாயமல்ல.

தீர்வு

பெரிய மாநிலங்களில் பெரும்பான்மைச் சாதியினர் எண்ணிக்கை காரணமாக சிறிய சமூகங்கள் அதிகமாக நசுக்கப்பட வாய்ப்பு உள்ளது. ஆகவே, மாநிலங்கள் சிறியதாக்கப்பட வேண்டும். (சிறுபான்மைச் சாதியினரின் நெஞ்சின்மீது வைக்கப்படும் பெரும்பான்மை இனத்தவர் என்னும் கல் சிறிதாக இருந்தால் தாங்கிக் கொள்ளலாம். ஆனால், அதுவே ஒரு மலைபோல இருந்தால் தாங்க முடியுமா)

இரண்டாவது பாதுகாப்பு சட்ட மன்றத்தில் சரியான பிரதிநிதித்துவம் வேண்டும். இடஒதுக்கீடும், தனி வாக்குரிமையும் வேண்டும். (ஆட்டுக்குட்டிகளின் கம்பளி ரோமத்தைக் கத்தரித்துவிட்டார்கள். அவை கொடுங்குளிரால் நடுங்கிக் கொண்டிருக்கின்றன. அவற்றுக்கு ஏதேனும் ஒரு வகையில் கதகதப்பு தேவை)

5
இரண்டாவது தலைநகரம்

முகலாயர்கள் காலத்தில் தில்லியும், ஸ்ரீநகரும், பிரிட்டிஷ்காரர்கள் காலத்தில் தில்லியும், சிம்லாவும் தலைநகரங்களாக இருந்தன. இரட்டைத் தலைநகரங்களுக்கு பருவநிலையே காரணம். இப்போது சுதந்திர இந்தியாவிற்கும் இரட்டைத் தலைநகரங்கள் அவசியம். இதற்கு பருவநிலை மட்டும் காரணமல்ல.

1.தில்லி தென்நாட்டிற்கு மிகத் தொலைவில் உள்ளது.

2வடநாட்டு மக்களால் தாங்கள் ஆளப்படுகிறோம் என்ற தென்நாட்டு மக்களின் உணர்வு

3.தில்லி அண்டை நாடுகளுக்கு அருகாமையில் இருப்பது பாதுகாப்பிற்கு உகந்ததல்ல.

ஆகவே இம்மூன்று காரணங்களுக்காக இந்தியாவின் கோடை காலத் தலைநகராக ஹைதராபாத்தை ஆக்கலாம். (வடக்குக்கும் தெற்குக்கும் உள்ள பதற்ற நிலையைத் தணிப்பதற்கு இது உதவும்)

6
இதயமும், மூளையும் ஒன்றாய்

இரானடே நினைவுச் சொற்பொழிவிற்காக தயார் செய்யப்பட்ட இந்த உரை 45 பக்கங்கள் வரை நீள்கிறது. மாமனிதர் எப்படி இருக்க வேண்டும் என்பதைத் துல்லியமாக விளக்குவதற்காக உலகையே சுற்றி வருகிறார் அம்பேத்கர்.

1892 ல் மகர் இனத்தவரை இராணுவத்தில் சேர்க்கக்கூடாது என்று பிரிட்டிஷ் அரசு பிறப்பித்த ஆணைக்கு எதிராக மகஜர் தயாரித்துக் கொடுத்தவர் ரானடே என அவரைப் பற்றிய அறிமுகத்துடன் உரை துவங்குகிறது.

யார் மாமனிதர்?

வரலாற்றில் மனிதனின் பாத்திரம் முதன்மையானது என்கிறார். புற உலகின் தாக்கம் இருந்தாலும்கூட, நாகரிகப் பண்பாட்டின் ஆதாரமாக உள்ள கருவிகளைச் செய்ய மனிதன் வேண்டும் என்கிறார். அகஸ்டின், பக்கிள், கார்ல் மார்க்ஸ், தேர், கார்லைல் ஆகியவர்களின் மேற்கோள்கள் சொற்பொழிவுக்கு அழகூட்டுகின்றன.

மனிதன், வீரன் என்று கருதப்படுவதற்குத் தேவைப்படுவது நாணயம், ஆழமான நேர்மையான நாணயம் (கார்லைல்). நாணயமும், அறிவுத்திறனும் உள்ள ஒருவரை உயர்மனிதன் எனலாம். ஆனால் மாமனிதர் எனக் கூற முடியாது. சமூக நல இயக்கத்தால் உந்தப் பெற்று, சமுதாயத்தைத் தூய்மையாக்க சாட்டையாகவும், துப்புரவாளனாகவும் செயல்படுபவனே மாமனிதன்.

ரானடே இத்தகையவர். பல்துறை வல்லுநர், நாணயமானவர், உடலால் மட்டுமல்ல; அறிவிலும் பருமனானவர். வழக்கறிஞர்,

உயர்நீதிமன்ற நீதிபதி, பொருளாதாரவாதி, வரலாற்றாளர், கல்வியாளர், இறைபக்தர், இவையெல்லாவற்றையும்விட சமூகச்சீர்திருத்தவாதி.

கூட்டங்கள், பிரச்சாரக் குழுக்கள், கட்டுரைகள், கடிதங்கள் எனச் சுறுசுறுப்பாக இயங்கியவர். பல சங்கங்களைத் தொடங்கினார். இதழ்களைத் தொடங்கினார். தெய்வக்குற்றம் எனக் கருதப்படும்படி சமயத்தின் தவறான வழக்கங்களின்மீது தொடர்ந்து கேள்வி எழுப்பினார்.

தொடர்ந்த பக்கங்களில் இந்தியச் சாதிய அமைப்பு, பிராமணர் ஆதிக்கம், சமயத்தின் மூட வழக்கங்கள்பற்றி உரையில் விரிவாக விளக்குகிறார்.

அரசியல் சீர்திருத்தமே முதன்மையானது, சமூகச் சீர்திருத்தம் பின்னரே என்கிற காங்கிரஸ் நிலைப்பாட்டை ரானடே எதிர்க்கிறார். ரானடேவுடன் உடன்படுகிற அம்பேத்கர் பின்வருமாறு கூறுகிறார். இடையூறின்றி மக்கள் உரிமைகளைக் காத்துக் கொள்ள வேண்டுமென்றால், அரசு காவல் காக்க வேண்டும் என்கிறீர்களே, உரிமைகளே இல்லாதபோது அரசுக்கு காக்கும் கடமை எங்கே இருக்கிறது?

அரசியல் தீவிரவாதிகளாகவும், சமுதாயப் பிற்போக்குவாதிகளாகவும் இருப்பதை ரானடே கண்டித்தார். அவர் கூறுகிறார்

இதயமும் மூளையும் இணைந்தே செயல்பட வேண்டும். உங்கள் அறிவைக் கூர்மையாக்கி அரசியல் உரிமைகள் சலுகைகள் ஆகியவற்றின் எல்லையை விரிவாக்கிக் கொள்ளுங்கள். அதேபோல், இதயங்களை இறுக மூடிக்கொண்டு சுருக்கிக் கொள்ள கூடாது.

சமூகச் சீர்திருத்தம் மிகப் பிரதானமான அரசியல் பணி. ஆகவே ரானடே தலைசிறந்த அரசியல்வாதி. அவரை மகாத்மா பூலேவுடன் ஒப்பிடுகிறார். அதே நேரத்தில் அக்காலத்தில் புகழ் உச்சியில் இருந்த காந்தி மற்றும் ஜின்னாவுடன் ஒப்பிட்டு நோக்குகிறார். காந்தி, ஜின்னா ஆகியோர் தங்களை எப்போதும் முன் நிறுத்துகிறவர்களாக உள்ளனர். பத்திரிக்கைகளும் இவர்கள்மீதே ஒளி பாய்ச்சுகிறது (இவ்விருவரால் இந்திய அரசியலே உறைந்து கிடக்கிறது)

ரானடே ஓர் பகுத்தறிவுவாதி. தனது கருத்துக்களை அறிவு, அனுபவரீதியாகச் சோதிக்கத் தயங்கியதில்லை.

உருவ வழிபாட்டில் இந்தியா நிகரற்றது. மதத்திலும், அரசியலிலும் ஆராதனை நடைபெறுகிறது. ஆனால் அந்தத் தலைவன் தன்னலமற்றவனா என்பதைக் கவனிப்பதில்லை. கையில் பத்திரிக்கைகளை வைத்துக் கொண்டு, இந்நாளில் மாமனிதர்களை உற்பத்தி செய்வது எளிது.

இந்த நாட்டில் "திருடர்கள் ஜாக்கிரதை" என்ற அறிவிப்புப் பலகைகளுக்கு அருகே "மாமனிதர் ஜாக்கிரதை" என்ற பலகையையும் தொங்கவிட வேண்டும்.

ஆனால் இரானடே வீரவழிபாட்டிற்கு முற்றிலும் தகுதியானவர், ஏனெனில், அவர் போலியானவர் அல்ல என்கிறார் அம்பேத்கர்.

7

மக்களாட்சி பிரதிநிதித்துவம் வாக்கு

தேர்தல் சீர்திருத்தம் மற்றும் வாக்குரிமை பற்றிய சவுத்பரோ தலைமையிலான குழுவின் முன் 1919 சனவரி 27 அன்று அம்பேத்கார் அளித்த சாட்சியம்.

மக்களாட்சி எவ்வாறு இருக்க வேண்டும் என்பதிலிருந்து தனது சாட்சியத்தை அம்பேத்கர் துவங்குகிறார். சிறிய குழுக்களின் நபர் பிரதிநிதித்துவம் அரசில் இருக்க வேண்டும் என்பதைச் சாதிப்பதற்காக ஒற்றை மனிதனாக அந்த மாமனிதன் நடத்திய போராட்டம் கண்களை நனைக்கிறது. மக்களாட்சி என்பது, பொதுமக்களுக்காக நடக்கும் அரசாங்கமாக மட்டுமின்றி, மக்களால் நடத்தப்படும் அரசாங்கமாகவும் இருக்க வேண்டும்.

தனிநபர்களின் திறன்களுக்கு வாய்ப்பளிக்க வேண்டும். அரசாங்கத்தின் செயல்பாட்டில் பங்கு பெறும் வாய்ப்பை எவருக்கும் மறுக்கக் கூடாது. மக்களின் கருத்துக்களுக்கு பிரதிநிதித்துவம் அளிப்பதனால் மட்டுமின்றி, மக்களின் பிரதிநிதிகளுக்கும் இடம்கொடுப்பதுதான் மக்களாட்சி என்கிறார்.

தொகுதிகளையும், வாக்குரிமைகளையும் நிர்ணயிப்பதற்காக ஏற்படுத்தப்பட்டுள்ள வாக்குரிமைக் குழு இவ்வியக்கத்தில் கவனம் செலுத்த வேண்டும். இப்பணியை நிறைவேற்றிட, சமூகத்தைப் பற்றிய புரிதல் மிக அவசியமானது.

இந்தியா பல்வேறு இனங்கள், மதங்கள், சடங்குமுறைகள், மொழிகள் ஆகியவற்றைக் கொண்டுள்ளது. இந்துக்கள், இஸ்லாமியர்கள் என இரு பெரும் சக்தி வாய்ந்த அரசியல் சமுதாயங்களைப் பெற்றுள்ளது. சாதிவேறு

பாடுகளுடன் இந்துக்களும், சமூக சமத்துவத்துடன் இஸ்லாமியர்களும் உள்ளனர். தவிர சீக்கியர், பட்டாணியர், அஸ்ஸாமியர், மலைவாழ் மக்கள், மஹார் எனப் பெரும் எண்ணிக்கைகள் கொண்ட தேசிய இனங்களும் நிறைந்துள்ளன.

ஆகவே பிரதிநிதித்துவ அரசாங்கம் இந்தியாவிற்குப் பொருந்தாது என பிரிட்டிஷார் கூறுகிறார்கள். மரபு ரீதியான பல்வேறு பிரிவினைகளைக் கொண்ட அமெரிக்காவில் பிரதிநிதித்துவ அரசு இருக்கும்போது இந்தியாவிற்கு ஏன் பொருந்தாது என இந்திய முன்னேறிய வர்க்கம் கேட்கிறது.

ஆனால் இந்திய சமூகப் பிரிவினைகள் அரசியலில் முக்கியத்துவம் பெறுகின்றன. குழுக்கள் தனிமைப்பட்டு இருப்பது தீமையானது. குழுக்களுக்கிடையே பரிவர்த்தனை இருந்தால் தீமை இல்லாமல் போகும். இந்துக்கள் என்பதற்கு முன் ஏதேனும் ஒரு சாதியின் உறுப்பினர் என்பதுதான் முன்னிலை பெறுகிறது. ஆகவே குழுக்களுக் கிடையே பரிவர்த்தனைக்கு பெரும் தடையாக தீண்டாமை உள்ளது.

எண்ணிக்கையில் அதிகமான வாக்காளர்களைக் கொண்ட குழுவைச் சேர்ந்த வேட்பாளரே வெற்றிபெற முடியும். சிறிய குழுக்களுக்கு பிரதிநிதித்துவம் இல்லாமல் போய்விடும். எல்லா குழுக்களுக்கும் உரிய பிரதிநிதித்துவம் இல்லாத அரசை தத்துவ ஞானிகள் அனைவரும் கண்டிக்கிறார்கள். மக்களால் நடத்தப்படுவதாக இல்லாமல், மக்களுக்காக நடத்தப்படும் அரசாங்கம் சிலரை எசமானர்களாக இருப்பதற்கும், மற்றவர்களைக் கீழ்படிவோராக இருப்பதற்கும் பழக்குகிறது.

நிலப்பரப்பின் அடிப்படையில் மட்டும் தொகுதிகள் அமைந்தால் பெரிய குழுக்களைச் சேர்ந்தவர்களே தேர்வு செய்யப்பட்டு சட்டம் இயற்றுபவராக உயர்ந்த நிலைக்கு வருவதும், சிறிய குழுவைச் சேர்ந்தவர்கள் தங்கள் பிழை எதுவும் இல்லாமல் தேர்ந்தெடுப்போராக மட்டுமே கீழ்நிலையில் இருப்பதுமான நிலை ஏற்படும். இது மக்கள் அரசாங்கமாக இருக்கமுடியாது. முகமதியர்கள் பல உறுப்பினர் தொகுதிகளில் (அன்று பல உறுப்பினர் தொகுதி இருந்தது) தங்களுக்கு இட ஒதுக்கீடு ஏற்பாட்டுடன் பொதுத் தேர்தலில் கலந்து கொள்வதே நல்லது.

இந்துக்களிடையே பிராமணர், பிராமணரல்லாதோர், தீண்டத்தகாதோர் எனப் பிரதான பிரிவினைகள் இருப்பதால் மிக விரிவாக இப்பிரச்சனை குறித்து பேசுகிறார். சமூகங்களின் தனியான நலன்களும் அவற்றுக்கான பாதுகாப்புத் தேவையும்தான் தங்களுக்கும் பிரதிநிதித்துவம் வேண்டும் என்ற கோரிக்கையின் நோக்கமாக உள்ளது. இத்தகைய நலன்கள் மூன்று வகையாக உள்ளன. ஒன்று, சற்று வலுவாகவேயுள்ள மத ரீதியான துவேஷ உணர்வு. இரண்டு, கல்வியில் பிற்பட்ட நிலையில் இருப்பது. மூன்று, சமூகத்தின் மீது சுமத்தப்பட்டுள்ள சமூக மதத் தடைகள். பிராமணர், பிராமணரல்லாதோர் இடையே வேறுபாடுகள் உள்ளன. ஆனால் தனித்தொகுதி தேவை என்ற அளவிற்கு இல்லை. அதே நேரத்தில் மக்கள் தொகுதியில் அதிகம் உள்ள பிராமணரல்லாதோரைவிட பிராமணர்களின் பிரதிநிதித்துவம் சதவிகித அடிப்படையில் கூடுதலாக உள்ளது. இதற்குக் காரணம், அன்று இருந்த சொத்து உள்ளவர்களே வாக்காளராக முடியும் என்பதே. இக்கொடுமையைப் புரிந்து கொள்ள, மராட்டிய மாநிலத்தின் பெல்காம், பிஜப்பூர், தார்வார் ஆகிய மூன்று மாவட்டங்களிலிருந்து அம்பேத்கர் தரும் விவரம்

சாதி	மக்கள் தொகை	வாக்காளர்கள்
பிராமணர்	85,739	4,600
பிராமணரல்லாதோர்	11,88,649	13,804
மகர் (தலித்)	1,96,751	22
முகமதியர்	2,95,838	661

1000 பிராமணர்களில்   53.7   1000 தலித்களில் 0.1 சதவிகிதம்
சதவீதம்   வாக்காளர்கள்   வாக்காளர்கள்
1000   பிராமணரல்லாதோரில் 1000 முகமதியர்களில்
17.8 சதவிகிதம் வாக்காளர்கள்   2.2 சதவிகிதம் வாக்காளர்கள்

பிராமணரல்லாதோரின் பிரதிநிதித்துவம் மக்கள் தொகைக்கு ஏற்ப இல்லை. ஆகவே அவர்கள் வாக்குரிமை பெறுவதற்கான தகுதி தேவைகளைக் குறைத்து நிர்ணயிக்க வேண்டும். இந்த ஏற்பாட்டின் மூலம் வாக்காளர் பட்டியலில் பிராமணரல்லாதோர் அதிக இடம் பெற்றுவிட முடியும். மற்றவர்களை அதிகம் விலக்கி வைக்கும் பிராமணர்கள் அரசியலில் மிகப் பெரும் சக்தியாக இருப்பது எல்லோருடைய நலனுக்கும் உகந்ததல்ல.

அடுத்ததாகவும், பிரதானமாகவும், தீண்டப்படாதோர் வாக்குரிமை பற்றி பேசுகிறார். (தீண்டப்படாதோர் வழக்கமாக இரக்கத்துக்குரியவர்களாகக் கருதப்படுகின்றார்கள். ஆயினும், எந்த ஒரு அரசியல் திட்டத்திலும் அவர்கள் புறக்கணிக்கப்படுகிறார்கள். அவர்களைப் பொறுத்தவரை, பாதுகாக்கப்பட வேண்டிய நலன்கள் எதுவும் இல்லை எனக் காரணம் கூறப்படுகின்றது. ஆனால் அவர்களுக்குத்தான் மிக அதிகமாக நலன்கள் பாதுகாக்கப்பட வேண்டியுள்ளது. இதனால் அவர்களுக்குப் பெரும் சொத்துக்கள் இருப்பதாகவோ, அவை பறிமுதலாகி விடாமல் பாதுகாக்க வேண்டியதுள்ளதாகவோ பொருள் அல்ல. அவர்கள் தங்களையே பறி கொடுத்தவர்களாக இருக்கின்றார்கள். அவர்கள் மீது சுமத்தப்பட்டுள்ள சமூக மதக் கொடுமைகள் அவர்களின் மனிதத் தன்மையையே அழித்துவிட்டன. எனவே, இடருக்குள்ளாகியுள்ள அவர்களது நலன்கள் மனிதகுலத்தின் நலன்களாகும்)

தன்னுடைய நடவடிக்கைகள் என்ன நோக்கத்திற்குப் பயன்பட வேண்டும் என்பதை இன்னொருவர் தீர்மானிக்க, அதை ஏற்றுச் செயல்படுபவன் அடிமை என்கிற பிளேட்டோவின் மேற்கோளை எடுத்துக்காட்டி, தீண்டப்படாதோர் அடிமைகளே என்கிறார். அவர்கள் தங்களின் தாழ்ந்த நிலை குறித்து புகார் கூற முடியாதபடி சமூகச் சூழ்நிலை பழக்கியிருக்கிறது.

மனிதனுக்கு மனிதன் தரவேண்டிய மரியாதையை மற்றவர்கள் தங்களுக்குத் தர வேண்டும், அதன் மூலம் தங்கள் நிலையை உயர்த்த வேண்டும் என்பது பற்றியோ கனவுகூட காண்பதில்லை.

அவல நிலையில் வாழவே பிறந்திருக்கின்றோம் என்றே எண்ணுகின்றனர். தீண்டாதார் என்ற சொல்லே அவர்களின் துன்பங்களை விளக்குகிறது. தீண்டாமை ஆளுமை, வளர்ச்சியை தடுத்து நிறுத்துகிறது. பொருளாதார நல்வாழ்க்கைக்கு பெரும் தடையாக உள்ளது. சிவில் உரிமைகள் கிடைக்கவிடாமல் தடுக்கிறது.

தனி மனித சுதந்திரம், தனி நபர் என்ற முறையில் பாதுகாப்பு, சொத்து வைத்துக் கொள்ளும் உரிமை, சட்டத்திற்கு முன் சமத்துவம், மனச்சாட்சியின் சுதந்திரம், கருத்து மற்றும் பேச்சு சுதந்திரம். கூட்டம் கூடும் உரிமை அரசாங்கத்தில் பிரதிநிதித்துவ உரிமை, அரசின் பதவி வகிக்கும் உரிமை ஆகிய குடியுரிமை, தீண்டப்படாதோருக்கு எட்டாதவையாக உள்ளன.

ஆகவே இவர்களின் நலன்களை வலியுறுத்திப் பெறக்கூடிய அளவிற்கு இவர்களின் பிரதிநிதித்துவம் சக்தியாக இருக்க வேண்டும். தீண்டத்தகாதவர்கள் நிலப்பகுதி அடிப்படையிலான பொதுத்தொகுதிகளின் மூலம் பிரதிநிதித்துவம் பெறுவதில் மிகப்பெரிய பாதிப்பிற்கு உள்ளாவார்கள். ஆகவே சிறப்பு ஏற்பாடு தேவைப்படுகிறது.

உதாரணமாக, 1911 மக்கள் தொகை கணக்கெடுப்புப்படி பம்பாய் மாகாணத்தின் (பிரிட்டிஷ் மாவட்டங்கள் மட்டும்) தீண்டத்தகாதவர்கள் 8 சதவிகிதம். ஆகவே, சட்டசபையில் 8 சதவிகிதம் பிரதிநிதித்துவம் அளித்திட வேண்டும். ஆனால் அவர்கள் வாக்காளர்களாகவே முடிவதில்லை.

அவர்கள் வர்த்தகம், தொழில் சேவைப் பணிகளில் ஈடுபட முடியாது. இராணுவம், காவல்துறை, அரசுப்பணி ஆகியவையும் கிடைப்பதில்லை. பஞ்சாலைகளின் நெசவுப் பகுதிகளில் அனுமதிக்கப் படுவதில்லை (சொத்து சேர்க்கும் வாய்ப்புகளை கிடைக்காமல் செய்துவிட்டு, வாக்குரிமைக்குச் சொத்து தகுதியிருக்க வேண்டும் என்று கூறுவது அடித்து காயப்படுத்திவிட்டு அவமானப்படுத்துவதைப் போலாகும்)

வாக்காளர்களின் எண்ணிக்கையைப் பார்த்து பிரதிநிதிகளை தீர்மானிக்காமல், பிரதிநிதிகளின் தேவைகளை உணர்ந்து வாக்காளர்களின் எண்ணிக்கையை அதிகப்படுத்திட வழிகாண வேண்டும் என சவுத்பரோ குழுவிற்கு வேண்டுகோள் விடுக்கிறார்.

தீண்டத்தகாதவர்களிடம் தீண்டத்தக்கவர்களுக்கு ஆதரவான உணர்வும், தீண்டத்தக்கவர்களுக்கு தீண்டத்தகாதவர்களுக்கு எதிரான உணர்வும் சாத்திரங்களால் ஏற்படுத்திவிட்டு, பொதுவான தேர்தலில் போட்டியிட வேண்டும் எனக்கூறுவது சூழ்ச்சி என்கிறார்.

காங்கிரஸாரின் கருத்துக்கள் தவறானவை. (அவர்களைப் பொறுத்தவரை சமூகமும் அரசியலும் பருவநிலைக்குத் தகுந்தபடி எடுத்து அணிந்து கொள்ளக் கூடிய இரண்டு உடைகளாக உள்ளன)

ஒடுக்கப்பட்ட வகுப்பினருக்கான சேவைக் குழு (Depressed class mission) தெரிவிக்கிற கருத்தும் ஏற்புடையதல்ல. காரணம், மக்களால் தேர்வு செய்யப்படும் உறுப்பினர்களைக் கொண்டு தீண்டத்தகாதோருக்கான பிரதிநிதித்துவத்தை நியமிக்கலாம் என்கின்ற

அந்தக்குழு தீண்டத்தகாதவர்களுக்கு எது நல்லது என்று நாங்கள் தீர்மானிக்கின்றோம் என்பது சரியல்ல. கொடுமை என்னவென்றால், இந்தக்குழு தனது நிர்வாகக் குழுவில் தீண்டத்தகாதவர்களுக்கு இடம்தர மறுக்கின்றது.

நியமனங்களால் சுதந்திரம் கட்டுப்படுத்தப்படும். மேலும் மக்களுக்கு அரசியல் அறிவு கிடைக்க இது உதவாது. அரசியல் அறிவுதான் இப்போது எல்லாவகுப்பினருக்கும் - குறிப்பாக, தீண்டத்தகாதோருக்கும் அவசரமாகத் தேவைப்படுகிறது.

வகுப்புவாரி பிரதிநிதித்துவம் சமூகப் பிரிவினைகளை நிரந்தரமாக்கி விடாதா என்கின்றனர். வகுப்புவாரி பிரதிநிதித்துவத்தால்தான்

சமூகத்தில் பிரிவினை உருவாக்குவதாக கருதுகின்றவர்களே! சமூகப்பிரிவினைகள் உண்மையானதுதானே? அவற்றைப் பொருட்படுத்த வேண்டியதில்லையா? உண்மையைச் சொன்னால் பிரிவினைகளின் தீய விளைவுகளைத் தவிர்ப்பதற்கு வகுப்புவாரி பிரதிநிதித்துவம் உதவும்.

சமூகப் பிரிவினைகளையே நீக்கிவிடுவதற்கான வழிகளில் ஒன்றாக பிரதிநிதித்துவம் அமைகிறது. ஆகவே, சாதிப் பிரிவினைகளை ஆதரிப்பவர்களே வகுப்புவாரி பிரதிநிதித்துவம் வேண்டாம் என்பவர்கள். இவ்வாறு மிகத் தெளிவான ஆதாரங்களுடன் தீண்டத்தகாதோரின்

பிரதிநிதித்துவம் கேட்டு வாதிடுகின்றார். கல்வி, சொத்து ஆகியவற்றை வாக்காளர்கள் தகுதியாக்குவதை எதிர்க்கிறார். தொடர்ந்து தீண்டத்தகாதோர் பிரதிநிதித்துவம் எவ்வாறு செயல்படுத்தப்பட வேண்டும் என பம்பாய் மாகாணத்தை உதாரணமாக்கி துணை அறிக்கை மூலம் எடுத்துக் காட்டுகின்றார். அதன்பிறகு நேரடி விசாரணையில் பங்கேற்று வலிமையாக வாதிடுகின்றார்.

சவுத்டரோகுழுவின் உறுப்பினர்களின் ஸர் ஃபராங்க் ஸ்லை, திரு.ஹெய்லி, திரு. பானர்ஜி, திரு. க்ரம்ப், திரு. நடராஜன் ஆகியோர் அம்பேத்கரின் வாதங்களின் நியாயங்களை ஏற்று, தங்களது கருத்துக்களை பதிவு செய்கின்றனர்.

அம்பேத்கர் என்கிற மாமனிதர் இப்பிரச்சனையில் எடுத்துக் கொண்ட முயற்சியின் பரிணாமமே தனித் தொகுதிகளும், வயதுவந்தோர் வாக்குரிமையும் என்பதை இந்திய சமூகம் நன்றியுடன் நினைவுகூர வேண்டும்.

8
கூட்டாட்சியா? சுதந்திரமா?

29.1.1939 அன்று பூனாவில் டாக்டர் வி.என்.காட்கில் தலைமையில் இயங்கி வரும் கோகலே அரசியல், பொருளாதார நிறுவனத்தின் நிறுவனர் தினத்தில் கூட்டாட்சி திட்டம் (Federal Scheme) என்ற தலைப்பில் அம்பேத்கர் ஆற்றிய சுமார் 100 பக்க உரையே இக்கட்டுரை,

பிரிட்டிஷ் அரசின் 1935ஆம் வருடத்திய சட்டத்தில் இடம் பெற்றிருந்த கூட்டாட்சித் திட்டத்தை விளக்குவதே இக்கட்டுரை. மக்கள்தொகை அடிப்படையில், உலகின் முதல் பெரும் கூட்டாட்சியாக அமையவிருக்கிற பிரிட்டிஷ் இந்தியக் கூட்டாட்சிக்கு பிரிட்டிஷ் அரசின் முன்மொழிவிலுள்ள சாதக பாக்கங்களை எடுத்துரைக்கிறார். பிரிட்டிஷ் மன்னருக்கு மட்டுமே கட்டுப்பட்ட பிரிட்டிஷ் இந்தியப் பகுதிகளும், தனித்த சமசுதானங்களாக செயல்பட்டுவந்த பகுதிகளையும் உள்ளடக்கிய மத்தியக் கூட்டாட்சி முறைபற்றி இந்திய மக்கள் விளங்கிக் கொள்ள வேண்டியது அன்றைய தேவையாக இருந்தது. எனவே, கூட்டாட்சியின் திட்டம், சட்டங்கள், நடைமுறைபற்றி மிக விரிவாகப் பேசுகிறார். (மத்தியில் உண்மையான பொறுப்பாட்சி இல்லாமல் மாகாண சுயாட்சி மட்டும் இருந்தால், அது உள்ளீடற்ற வெறும் ஓடுதான்). கல்வியும், அனுபவமும் காட்டுகிற பாதையைப் பின்பற்ற மறுத்து யோகிகளும், பெருமைப் பித்துக் கொண்டவர்களும் கூறும் இருண்ட பாதைகளில் தட்டுத் தடுமாறிச் செல்ல விரும்பும் அறியாமை நிறைந்த ஜனநாயகத்தின் வருங்காலத்தை நினைத்துப் பார்க்கவே வருத்தமாயிருக்கிறது என்று உண்மையான அக்கறையோடு இப்பிரச்சினையை ஆராய்கிறார்.(விடுதலைக்கு முன்பிருந்த கூட்டாட்சிமுறை பற்றி அறிய விரும்புகிறவர்கள், மேற்சொன்ன அம்பேத்கரின் 100 பக்கக் கட்டுரைக்குள் சென்று விவரங்களை அறியலாம்.)

9
சமூகத் தடையும் அதைத் தீர்க்கும் வழியும்

(1945 மே 6 ல் பம்பாய் நகரத்தில் நடைபெற்ற அகில இந்திய ஷெட்யூல்ட் வகுப்பினர் பெடரேஷனின் ஆண்டு விழா நிகழ்ச்சியில் அம்பேத்கரது உரை இது.)

பெடரேஷன் துவங்கிய சில ஆண்டுகளிலேயே கண்டுள்ள வளர்ச்சியை பெருமையுடன் குறிப்பிடுகிறார். ஷெட்யூல்ட் வகுப்பினர் சுயநலக்காரர்களல்ல, ஆக்கப்பூர்வமான கொள்கைகளை நாடு பரிசீலிக்கும் என்றால், அதை முன்வைக்க முடியும். இவ்விழாவில் கூட நாம் ஷெட்யூல்ட் வகுப்பினர் பற்றிப் பேசப் போவதில்லை, உருவாக்கப்பட இருக்கிற அரசியல் சாசன சட்டத்தைப்பற்றி பேசப் போகிறேன் என தனது உரையைத் துவக்குகிறார்.

பிரிட்டிஷ் இந்தியாவின் சட்டத்தைப் போல், விடுதலையடையப் போகிற இந்தியாவின் சட்டத்தை பிரிட்டிஷார் இயற்றி நம்மீது திணித்தால் அது பயன்படாது. காரணம், 1935ல் உருவான பிரிட்டிஷ் இந்தியாவின் சட்டத்தில் தேர்வு செய்யப்படும் ஒரு அரசு தோல்வியுறும்போது அரசாட்சி செய்யும் உரிமையை பிரிட்டிஷாரே ஏற்றுக் கொண்டனர். ஆனால் சுதந்திர நாட்டைப் பொறுத்தவரையில் அரசியலமைப்புச்சட்டப்படி இயங்கும் அரசாங்கமா அல்லது ஆட்சியை எதிர்த்த மக்கள் எழுச்சியா என்ற இரண்டில் ஒன்றுதான் சாத்தியம். ஆகவே, நாட்டில் நிலைகுலைவு ஏற்படும் என்ற அடிப்படையில் சட்டம் இயற்ற முடியாது. மாறாக, அனைவரின் மனமார்ந்த ஒப்புதலைப் பெறும் விதத்தில் இயற்ற வேண்டும். அரசியலமைப்புச் சட்டத்தை உருவாக்குவதற்காக அரசியல் நிர்ணயசபை வேண்டும் என்ற கருத்து இருந்து வருகிறது. கிரிப்சு குழுவும், சாப்ரு குழுவும் இதையே சொல்கிறது. ஆனால் அது தேவையென நான் கருதவில்லை. 1935 இந்திய அரசு சட்டத்தில் சுதந்திர நாடு என்பதற்கு முரண்பாடான பகுதிகளை நீக்கிவிட்டால் போதுமானது. இப்போது அரசியல் நிர்ணயசபைக்குள்ள ஒரே பணி, வகுப்புப் பிரச்சினைக்கு தீர்வு காண்பது மட்டுமே. கிரிப்சு மற்றும் சாப்ரு குழு முன்மொழிகிற அரசியல் நிர்ணய சபையால் வகுப்புப் பிரச்சினையைத் தீர்க்க முடியாது. ஏனெனில், கிரிப்சு திட்டத்தில் வகுப்புவாரி ஒதுக்கீடே இல்லை. சாப்ரு திட்டத்தில் வகுப்புவாரி ஒதுக்கீடு சொல்லப்படுகிறது. ஆனால் அதுவும் பெயரளவிற்குத்தான். காரணம், அரசியல் நிர்ணயசபைக்கு மாகாண சட்ட மன்றங்கள்தான் உறுப்பினர்களைத் தேர்வு செய்திட வேண்டும். ஆனால் மாகாண சட்டமன்றங்களில் தேவையான பிரதிநிதிகளை தேர்வு செய்யும் அளவிற்கு ஷெட்யூல்டு வகுப்பினர், கிறித்தவர், சீக்கியர் எண்ணிக்கை இல்லை. எனவே, மேற்சொல்லப்பட்ட அடிப்படையில் அரசியல் நிர்ணய சபை அமைக்கப்படுவதில் பயன் ஏதும் இல்லை என்கிறார்.

வகுப்புப் பிரச்சினைகள் தீர்க்கப்படாமல் இருப்பதற்கு மூலக் கோட்பாடுகளுக்குப் பதிலாக செயல்முறைகளிலிருந்து துவங்குவதுதான் காரணம். கோட்பாடு ஏதும் இல்லாமையே கோட்பாடாக இருந்து வருகிறது.

ஒரு வகுப்பு எப்பொழுதெல்லாம் பலமுள்ளதாக வளர்ந்து சில அரசியல் அனுகூலங்கள் கோருகிறதோ, அப்பொழுதெல்லாம் அதன் நல்லெண்ணத்தைச் சம்பாதிப்பதற்காக சலுகைகள் அளிக்கப்படுகின்றன. ஒடுக்கப்பட்ட மக்கள் தங்கள் கோரிக்கைகளுக்குப் பின்புலமாக அரசியல் ரீதியில் இணைந்து உருவாகவில்லை என்பதால், அவர்களால் பொய் சொல்லி சமாளித்து ஏமாற்றிவிடலாம் என்பதே தற்போதைய எண்ணமாக உள்ளது. கோட்பாடுகள் இல்லாத நிலை என்பது பொதுமக்களின் கருத்துக்களுக்கு இடமே இல்லாத நிலையை ஏற்படுத்திவிடுகிறது. அசைக்க முடியாத பிடிவாதமானவர்களை அறிவு பூர்வமாக சிந்திக்கவும் நியாயத்தை ஏற்கும்படி நிர்ப்பந்தம் செய்வதற்காகவும் மக்கள் திரட்டப்படுவதற்குப் பதிலாக வகுப்புப் பிரச்சினைகள் விவாதிக்கப்படும்போதெல்லாம் அதை வேடிக்கைக் காட்சிகளாக பார்த்துக் கொண்டிருக்கும் நிலையில் மக்கள் வைக்கப்பட்டுள்ளனர். ஆகவே வழிகாட்டிக் கோட்பாடுகள் உருவாக்கப்பட வேண்டும்.

அச்சமின்றி எல்லாத் தரப்பினர் விஷயத்திலும் அது கடைப்பிடிக்கப்பட வேண்டும்.

வகுப்புப் பிரச்சினைகளின் தீர்வுக்கு அம்பேத்கரின் ஆலோசனைகள்

(சட்டசபை, நிர்வாகம், அரசுப்பணி ஆகியவற்றில் பிரதிநிதித்துவம் பற்றி) எல்லா வகுப்பினரும் விகிதாச்சாரப்படி அரசுப்பணியில் பிரதிநிதித்துவம் பெற வேண்டும். எந்த வகுப்பிற்கும் ஏகபோக உரிமை பெற அனுமதிக்கக்கூடாது. இந்திய அரசின் 1934, 1943 ஆண்டுகளின் தீர்மானங்களில் இந்தக் கோட்பாடு உள்ளது. இந்த நிர்வாக நடைமுறையைச் சட்டரீதியாகக் கட்டாயமாக்க வேண்டியதுதான்.

ஆட்சிக்குழு(அல்லது) நிர்வாகம்(அல்லது) மந்திரி சபை ஆகியவற்றில் இந்துக்கள், முசுலீம்கள், ஷெட்யூல்டு வகுப்பினர்களுக்கு சட்டசபையில் உள்ள பிரதிநிதித்துவத்திற்கு ஏற்றாற் போல் இருக்க வேண்டும். மேலும் சீக்கியர், கிறித்தவர், ஆங்கிலோ இந்தியர் ஆகியவர்களுக்கு மந்திரி சபையில் ஒன்றிரண்டு இடங்களை அளிக்க வேண்டும். பிரதமர் சபை முழுவதன் நம்பிக்கையைப் பெற்றிருக்க வேண்டும். சிறுபான்மையினரின் பிரதிநிதியாக மந்திரிசபையில் இருப்பவர், சபையிலுள்ள ஒட்டுமொத்த சிறுபான்மையினரின் நம்பிக்கையைப் பெற்றவராக இருத்தல் வேண்டும். லஞ்சம் (அல்லது) தேசத் துரோகக் குற்றம் சாட்டப்பட்டாலொழிய அமைச்சர் எவரும் இடை நீக்கப்படக் கூடாது. பிரதமரும், பெரும்பான்மை வகுப்பு அமைச்சர்களும் முழுச் சபையால் ஒற்றை மாற்று வாக்கு மூலமும், சிறுபான்மை பிரதிநிதிகள் சபை முழுவதும் உள்ள சிறுபான்மை உறுப்பினர்களால் ஒற்றை மாற்று வாக்கு மூலமும் தேர்வு செய்யப்பட வேண்டும்.

மத்தியச் சட்ட மன்றம் மற்றும் மாநில சட்ட மன்றங்களின் பிரதிநிதித்துவம் எவ்வாறு இருக்க வேண்டும் என்று தனித் தனியாக அட்டவணைகள் தருகிறார்,

உதாரணமாக மத்தியச் சட்டமன்றத்தில்

	இந்திய மொத்த ஜனத் தொகையில் சதவீதம்	பிரநிதித்துவ வகுப்பு சதவீதம்
இந்துக்கள்	54.68	40
முசுலீம்கள்	28.50	32
ஷெடியூல்டு	14.30	20
கிறித்தவர்கள்	1.16	3
சீக்கியர்	1.49	4
ஆங்கிலோ இந்தியர்	0.05	1

இவ்வாறு ஒவ்வொரு மாற்றத்திற்கும் முன்மொழிவுகளைத் தருகிறார்.

இத்தகைய பிரதிநிதித்துவத்தின்மூலமாக, எந்த ஒரு வகுப்பும் மற்றவைமீது ஆதிக்கம் செலுத்த முடியாத நிலையை ஏற்படுத்த முடியும் என்கிறார்.

ஆதிவாசிகள் பற்றி...

எண்ணிக்கையில் அதிகமாக உள்ளனர். தங்களுக்கு வழங்கப்படும் வாய்ப்புகளைப் பயன்படுத்தும் அளவிற்கு அரசியல் உணர்வு அவர்களிடம் வளரவில்லை. ஆகவே, மற்றவர்கள் இவர்களைப் பயன்படுத்திக் கொள்ள வாய்ப்பு அதிகம் உள்ளது. எனவே, சட்ட அதிகாரம் பெற்ற கமிஷன் ஒன்றை நியமிப்பதுதான் இன்றைய கட்டத்தில் உகந்தது. இத்தகைய ஒதுக்கப்பட்ட பிரதேசங்களைக் கொண்ட ஒவ்வொரு மாகாணமும் இந்த பிரதேசங்களை நிர்வகிக்க ஒரு குறிப்பிட்ட தொகையை கட்டாயமாக ஒதுக்க வேண்டும்.

இந்திய சமசுதானங்கள்

பிரிட்டிஷ் இந்தியா அல்லது இந்திய சமசுதானங்கள் என்ற தனித் தனி அமைப்புகள் இருக்க மாட்டா, அவற்றின் இடத்தில் இந்தியா என்ற அமைப்பே இருக்கும். இணைப்பை சாத்தியமாக்கும் தன்மையில் பிரிட்டிஷ் இந்தியா செயல்பட வேண்டும்.

பாகிஸ்தான்

நான் பாகிசுதானுக்கு எதிரி அல்ல. எனது இந்த முன்மொழிவுகள் பாகிசுதான் வழங்கியிருப்பதைவிட கூடுதலான அனுகூலத்தை, பாதுகாப்பை இந்தியாவில் பெறும் வாய்ப்பை வழங்குகிறது. பாகிசுதானின்கீழ் வராத இதர மாநிலங்களில் உள்ள முசுலீம்களின் நிலையும் பலமடையும் என்கிறார்.

இந்துக்களுக்கு ஒரு வார்த்தை

வகுப்புப் பிரச்சனைகளுக்குக் காரணம், பெரும்பான்மை ஆட்சி புனிதமானது என்று கருதுவதுதான். அரசியல் அமைப்புச் சட்டத்தில் சிறுபான்மையினருக்கு பாதுகாப்பு வழங்கிட வேண்டும். இந்தியாவில் பெரும்பான்மை என்பது அரசியல் ரீதியாக உருவாகவில்லை. பிறப்பினால் அமைகிறது. அரசியல் பெரும்பான்மை என்பது நிரந்தரமானதல்ல, மாற்றம் பெறுகிறது, மீண்டும் உருவாகிறது. இந்துக்களை நான் கேட்பதெல்லாம், ஒரு ஏறத்தாழ பெரும்பான்மையோடு திருப்தியடையுங்களேன் என்பதுதான். இந்தியாவில் உள்ள சிறுபான்மையினர் பாதுகாப்புகளோடு திருப்தியடைய தயாராகவிருக்கிறார்கள். இது ஒரு வரப்பிரசாதம்தான்.

ஷெட்யூல்டு வகுப்பினர் மாநாட்டில், ஷெட்யூல்டு வகுப்பினர் மற்றும் இதர சிறுபான்மையினர் பாதுகாப்பையும் உள்ளடக்கிய ஒரு அரசியல் அமைப்புச் சட்டத்தின் தேவை பற்றி அம்பேத்கரின் உரை, ஒரு வலிமையான இந்தியாவை உருவாக்க கனவு காண்கிறது. கோட்பாடுகள் சரியாக வழங்கப்பட்டால், வகுப்பு உள்ளிட்ட அனைத்துப் பிரச்சனைகளையும் நிரந்தரமாக களைய முடியும் என வலியுறுத்துகிறார். அரசியல் அமைப்புச் சட்டத்தை உருவாக்கும் பணி அம்பேத்கரிடம் வழங்கப்படுவதற்கு முன்னர் அவர் நிகழ்த்திய உரை இது என்பது குறிப்பிடத்தக்கது. எவ்வாறு அமைப்புச் சட்டம் அமைய வேண்டும் என்பதுபற்றி அவர் அளவிற்கு யாரும் முன்யோசனையுடன் இருந்ததாக நமக்குத் தோன்றவில்லை. முடிக்கும் போது 'எனது நாட்டு மக்களுக்கு நான் அவற்றை சிபாரிசு செய்கிறேன்' என நிறைவு செய்கிறார்.

9
மாநிலங்களும், சிறுபான்மையினரும்

(அகில இந்திய ஷெட்யூல்டு வகுப்பினர் பெடரேஷன் சார்பாக அரசியல் நிர்ணய சபைக்கு அம்பேத்கர் அளித்த கோரிக்கை மனு 15.3.1947)

இம்மனு அடிப்படை உரிமைகள், சிறுபான்மையோரின் உரிமைகள் மற்றும் ஷெட்யூல்டு வகுப்பாரின் பாதுகாப்பு ஆகியவற்றைப் பற்றி கூறுகிறது. அதோடு, இந்திய மாநிலங்களின் பிரச்சனை பற்றியும் இணைத்துக் கூறுகிறார். (இந்திய மாநிலங்கள் பற்றிய ஆய்வு மாணவனான தன்னை மாநிலங்கள் அமைப்புக்குழுவில் இணைக்காததுபற்றி வியப்பு தெரிவிக்கிறார்) ஒரு கோரிக்கை மனுவைக் கூட நகல் ஷரத்துக்களாக தயார்செய்து அனுப்புகிறார்.

நகல் முகவுரை

இப்போடு உள்ளதைவிட சிறந்த, பிரிக்க முடியாத இந்திய யூனியன் உருவாக்கப்படுவதை பெருமையுடன் முகவுரையில் குறிப்பிடுகிறார்.

இந்திய யூனியனுக்குள் மாநிலங்களை இணைப்பதுபற்றி விரிவாக மனு குறிப்பிடுகிறது.

குடி மக்களின் அடிப்படை உரிமைகள்

இம்மண்ணில் பிறந்தவர்கள் அல்லது இம்மண்ணின் குடியுரிமையை ஏற்ற அந்நியர்கள் ஆகிய இந்திய குடிமக்களின் உரிமைகள் பற்றி இவ்வாறு கூறுகிறது. சட்டத்தின்முன் அனைவரும் சமம். சத்திரம், சாவடி, கல்வி நிலையங்கள், சாலைகள், ஏரி, குளம், கிணறுகள், மண்ணிலும், விண்ணிலும், புனலிலும் உள்ள போக்குவரத்து, திரை அரங்குகள், பொது உறைவிடங்கள் அது தனியாராக இருந்தாலும், பொது உடைமையாக இருந்தாலும் அனைவருக்கும் உரிமையானது. தேசத்தில் எங்கும் வசிக்கும் உரிமை, பலாத்காரமாக வேலை வாங்குவதும், அடிமை நிலைக்குட்படுத்துவதோ குற்றம். பிடி ஆணை, வீட்டில் நுழைந்து தேடுதல், வாக்குரிமை ஆகியவற்றில் சட்டரீதியான பாதுகாப்பு, பேச்சு, எழுத்து சுதந்திரம், பத்திரிக்கை சுதந்திரம், சங்கம் சேரும் உரிமை. மனசாட்சி சுதந்திரம், மதச் சுதந்திரம், மதமாற்றச் சுதந்திரம், எந்த மதத்தையும் அரசாங்க மதமாக அறிவிக்கக் கூடாது, சாதி, மத வேறுபாடுக் காட்டி உரிமைகளைப் பறிக்கக்கூடாது, நன்கொடை வசூலிக்கும் உரிமை, ஒப்பந்தம் பெறுதல், சாட்சி வழங்கல், வாரிசு உரிமை, வாங்குதல், விற்றல், குத்தகைக்கு விடுதல்.

அடிப்படை உரிமைகளுக்குப் பாதுகாப்பு

உயர்ந்தபட்ச நீதிமன்ற அதிகாரம் உச்ச நீதிமன்றத்திடம் இருக்கும். எல்லோருக்கும் இதைப் பயன்படுத்திக் கொள்ள உரிமை உண்டு.

இந்தியாவில் உள்ள எந்தச் சட்ட மன்றமாயினும், குடிமக்களின் உரிமைகளை மீறும் வழியில் சட்டம் இயற்றவோ, ஆணை

பிறப்பிக்கவோ, விதிமுறைகளை வகுக்கவோ, தகுதிபடைத்தவை அல்ல.

பொருளாதாரச் சுரண்டலுக்கு எதிரான பாதுகாப்பு

கேந்திரமான, அடிப்படைத் தொழில்களை அரசே நடத்துதல், ஊதியத்தை அடிப்படையாக வைத்து இன்ஷூரன்சைக் கட்டாயமாக்குவது, இன்சூரன்சு அரசின் ஏக போக உரிமையாக மாற வேண்டும். இதன்மூலம் அரசே ஜாமீன் ஏற்கிறது. பொருளாதாரத் திட்டங்களுக்கு, அரசிற்கு வேண்டிய பணமும் கிடைக்கிறது. அரசுடைமையாக்கும்போது இழப்பீடு தரலாம். ஆனால், சொத்துக்களை உயர்த்தி மதிப்பிடக் கூடாது.

வேளாண்மையை அரசுத் துறை தொழிலாக்க வேண்டும். அரசின் கூட்டுப் பண்ணைகளாக்கி, குடிவார முறையில் மக்கள் பயிரிட அனுமதி. அரசுக்கு வரிகளைச் செலுத்திவிட்டு உபரியை குடிவாசிகள் பகிர்ந்துகொள்வர். இடுபொருள், பாசன வசதி அரசின் பொறுப்பு. அரசியல் அமைப்புச் சட்டம் அமலுக்கு வந்து பத்து ஆண்டுகளுக்குள் இது நடைமுறைக்கு வரவேண்டும்.

சிறுபான்மை மக்களின் பாதுகாப்பு

சிறுபான்மை விவகாரக் கண்காணிப்பு அலுவலர் நியமிக்கப்பட வேண்டும். தலைமைத் தணிக்கை அலுவலர், உச்ச நீதி மன்ற நீதிபதி ஆகியோர்க்கு நிகரான பதவியாக இப்பதவி இருக்க வேண்டும். சமூக பகிஷ்காரம் உள்ளிட்ட சிறுபான்மை மக்களுக்கு எதிரான அனைத்து விஷயங்கள்பற்றியும் கவனிக்க வேண்டும். இவரின் ஆண்டறிக்கைகள் மத்திய, மாநில சட்ட மன்றங்களில் விவாதத்திற்கும், பரிசீலனைக்கும் வைக்கப்பட வேண்டும்.

ஷெட்யூல்டு வகுப்பினருக்குப் பாதுகாப்பு

மத்திய, மாநில சட்ட மன்றங்களில் பிரதிநிதித்துவம், உள்ளாட்சி அமைப்புகளில் பிரதிநிதித்துவம் உறுதி செய்யப்பட வேண்டும். அம் மக்கள் தொகைக்கு ஏற்றாற்போல் இப்பிரதிநிதித்துவம் அமைய வேண்டும். அரசுப் பணிகளிலும் மக்கள் தொகை விகிதப்படி பிரதிநிதிகள் வழங்கிட வேண்டும். பணிகளில் நுழைவதற்கான விதிமுறைகள் 1942, 1945 ஆண்டுகளில் இந்திய அரசு வகுத்த தீர்மானங்களின்படி, ஷெட்யூல்டு சாதியினர் பெற்றுவரும் சலுகைகளைக் குறைக்கக் கூடாது. ஷெட்யூல்டு மாணவர்களின் கல்லூரிக் கல்வி வரை மாநில அரசும், வெளிநாட்டுக் கல்வியை மத்திய அரசும் ஏற்று செலவு செய்திட வேண்டும்.

அரசுகளின் வரவு செலவுத் திட்ட ஒதுக்கீட்டில் மக்கள் தொகை அடிப்படையில் ஷெட்யூல்டு சாதிப் பிரிவினரின் விகிதத்திற்கு ஏற்ப நிதி ஒதுக்கிட வேண்டும்.

அரசின் தரிசுநிலங்களையும், தேவைப்பட்டால் விலைக்கு வாங்கியும் ஷெட்யூல்டு வகுப்பினரின் குடியிருப்புக்கு வழங்கிட வேண்டும். இப்பணிக்குத் தேவையான நிதியை மத்திய அரசு ஒதுக்கிட வேண்டும்.

5.11.1892 தேதியிட்ட சென்னை அரசின் வருவாய்த் துறை நடவடிக்கை எண்.723 என்கிற ஆவணத்தை ஆதாரமாக்கி நில உரிமையாளர்களால் சாதிய மனோபாவத்தோடு பறையர்களின் வீடு உரிமை, நில உரிமை, நீர்ப்பாய்ச்சும் உரிமை ஆகியவை பறிக்கப்படுவதை சுட்டிக் காட்டுகிறார். இதற்கெல்லாம் நீதிமன்றம் பரிகாரம் வழங்க முடியும். கிராமப்புற மக்களுக்கு இது சாத்தியமாகுமா? பணம் செலவு செய்ய இயலுமா? நீதி கிடைத்த பிறகு அதிகாரிகள் நடைமுறைப்படுத்துவார்களா? ஆகவே, அரசு அக்கறை கொள்ள வேண்டும் என்கிறார்.

தனியார் துறையை அடியோடு தடுக்காமல், தொழில்துறையில் ஒரு வகை அரசுச் சோஷலிச முறையைப் புகுத்தவும் வேண்டும். இதன் மூலமே வேகமான வளர்ச்சிக்கும், பொருளாதார ஏற்றத் தாழ்வைக் கட்டுப்படுத்தவும் முடியும்.

லாப நோக்கங்களை அடிப்படையாகக் கொண்ட பொருளாதார முறையானது, ஜனநாயகத்தின் தூண்களை தகர்க்கிறது.

வேலையில்லாமல் தவிக்கும் மக்களிடம் அடிப்படை உரிமைகளைப் பற்றிக் கேட்டுப் பாருங்கள். ஏதோ ஒரு வேலை, திட்டமான சம்பளம் இல்லை. பணி நேரங்களும் உறுதியில்லை, தொழிற்சங்கத்திலும் சேரத் தடை, இந்த வேலை வேண்டுமா? அல்லது பேச்சுரிமை சங்கம் சேரும் உரிமை, மத உரிமை வேண்டுமா என்று கேட்டால் அவர் முந்தையதையே தேர்ந்தெடுப்பார். வேறு எப்படி இருக்க முடியும்? பட்டினிக்குரிய பயம் வீடிழக்கும் பயம், மிச்சம் மீதியுள்ள சேமிப்பையும் இழக்கும் பயம், குழந்தைகளின் படிப்பை நிறுத்தும் பயம், பிச்சை எடுக்கும் பயம், தன் பூத உடலைப் பொதுச் செலவில் எரிக்கவோ, புதைக்கவோ வேண்டியிருக்கும் என்ற பயம் ஆகிய பல காரணங்கள் அடிப்படை உரிமைகளை அவனால் விரும்பித் தேர்ந்தெடுக்கக் குறுக்கே நிற்கின்றன. ஆகவே மக்கள் வேலையுடன் உயிர் வாழ்வதற்காக அடிப்படை உரிமைகளை வேறு வழியில்லாமல் விட்டுக் கொடுக்கத் தயாராயுள்ளார்கள்.

அதேபோல், வேலைகளில் இருப்பவர்களின் நிலையும் பரிதாபமாக இருப்பதைக் குறிப்பிடுகிறார். தனியார் விவகாரங்களில் அரசின் தலையீட்டை குறைத்துக் கொள்வதே தனி மனித உரிமை என்பவர்களைப் பார்த்து அம்பேத்கர் கேட்கிறார்.

இந்த தனி மனித உரிமை சுதந்திரம் யாருக்காக? நிலப்பிரபு தன் குத்தகையை உயர்த்தவா? முதலாளி வேலை நேரங்களை கூட்டி கூலியைக் குறைப்பதற்கா? அரசின் கட்டுப்பாடு இல்லாத தனிமனித சுதந்திரத்தின் மறு பெயர், தனி முதலாளிகளின் சர்வாதிகாரம் என்பதே.

இவ்வாறு விவரிக்கிற அம்பேத்கரின் இக்கோரிக்கை மனு, ஏறத்தாழ என்பது பக்கங்களைக் கொண்டது. இந்திய மக்களின் நலன், சிறுபான்மையினர் நலன், ஷெட்யூல்டு வகுப்பினர் நலன் ஆகியவற்றைப் பற்றி மிகப் பெரும் சமுக ஆய்வுகளாக இக்கோரிக்கை மனு விளங்குகிறது.

<h1 style="text-align:center">10</h1>

இந்தியாவில் சிறு நிலவுடைமைகளும் அவற்றுக்கான தீர்வுகளும்

வாழ்க்கை நடத்த மேற்கொள்ளும் பொருளாதார ஆய்வு முக்கியமானது. அவை தொழில், பொருளாதாரச் சேவை பணிகள் எனப்படுகின்றன. தொழில் என்பது முதன்மைத் தொழில், துணைத் தொழில் என இருவகைப்படுகின்றன. முதன்மைத் தொழில்கள் நிலம், மண், நீர் போன்ற இயற்கை சார்ந்தது. முதன்மைத் தொழில் அடிப்படையானது. இது மனிதன் வாழ மூலப் பொருட்களைக் கனிமவளங்களில் இருந்து பிரிக்கிறது. மேலும் துணைத் தொழில்களுக்கான கச்சாப் பொருட்களைத் தருகிறது. முதன்மைத் தொழில்கள் தேசிய முக்கியத்துவம் பெறுகின்றன. முதன்மைத் தொழில்களில் மிகவும் முக்கியத்துவம் வாய்ந்தது வேளாண்மை.

இந்தியாவில் சிறு நிலவுடைமைகள்

(நிலம் வெறும் வாழ்க்கைக்கான சாதனம் மட்டுமன்று, அதிகாரம் மற்றும் பாதுகாப்பின் குறியீடு)

நிலம் பற்றி மேற்கண்ட கருத்துடைய அம்பேத்கர், இந்திய வேளாண்மை, அதன் உற்பத்தித் திறன் குறித்து பல்வேறு கோணங்களில் ஆலோசனைகளை முன் வைக்கிறார். அடிப்படையில் விவசாய நாடான இந்தியாவின் உற்பத்தித் திறன் மிகக்குறைவாக, இருப்பதைப் பற்றிக் கவலை கொள்கிறார். உதாரணமாக ஒரு ஏக்கர் பரப்பில் பிரிட்டனில் 1973 பவுண்டுகள் கோதுமையும் அதே அளவு நிலத்தில் இந்தியாவில் 555 பவுண்டுகள் கோதுமையும் உற்பத்தியாவதை மேற்கோள் காட்டுகிறார். நிலங்கள் துண்டு, துண்டாகவும், பலர் நிலங்களுக்கிடையே சிதறிக் கிடப்பதாலும், உற்பத்திச் செலவு மற்றும் எதிர்படுகிற பல்வேறு சிரமங்களைப் பட்டியலிடுகிறார். ஆகவே, கிராமத்தில் உள்ள நிலங்களை மொத்தமாக்கி ஒரு விவசாயிக்கு வேறு வேறு இடங்களில் இருக்கும் நில அளவிற்கு மொத்தமாக ஒரே இடத்தில் பெரிய பாத்தியாக்கித் தர வேண்டும் என்கிறார். இதற்கான சட்டங்களும், கூட்டுறவு ஏற்பாடுகளும் உருவாக்கப்பட வேண்டும் என்கிறார்.

நிலங்கள் பெரும் பண்ணைகளாவது உற்பத்திக்கு உகந்ததாக இருக்கும். ஆனால், இம்முறையினால் பெருவாரியான மக்கள் வேலையை இழக்கும் அபாயம் ஏற்படும். ஆகவே, அது கூடாது என்கிறார். ஆகவே இந்தியா தொழில்மயமாக வேண்டும் என்கிறார். வேளாண்மையை மட்டுமே சார்ந்து அனைவரும் வாழ வேண்டும் என்பதில் மாற்றம் வேண்டும் என்கிறார். இந்திய விவசாயப் பிரச்சனைக்குத் தீர்வு பற்றி பின்னர் வரும் தொகுதிகளில் கூறும் போது சோவியத் பாணி விவசாய முறையே சரி என்கிறார்.

11
ரஸ்ஸலும் சமுதாய மறுசீரமைப்பும்

ரஸ்ஸலின் சமுதாய மறுசீரமைப்புக் கோட்டுபாடுகள் என்ற நூலீலுக்கான அம்பேத்கரின் மதிப்புரையே தொகுதி 2ல் இடம் பெற்றுள்ள இந்த 15 பக்க கட்டுரை.

இந்நூலில் ஒரு போர் எதிர்ப்பு நூலாகும். போரில் வெற்றி பெற்றவர் போரின் லாப நஷ்டங்களைக் கூட்டிக் கழித்துப் பார்த்தால் போரில் அவரது இழப்புகள் லாபக் கணக்கை விடக் கூடுதலாகவே இருக்கும் என திரு ஏஞ்சல் தனது மாபெரும் மாயை என்னும் நூலீலில் கூறுகிறார். இதுபோன்ற பகுத்தறிவு விளக்கங்களால் போரைத் தடுத்துவிட முடியாது எனக் கூறும் ரஸ்ஸல், போரில் கொண்டு விடும் மன இயல்புகளுக்கு எதிராக எழுச்சியும், உத்வேகமும் கொண்ட ஆக்கப்பூர்வ வாழ்க்கையே போர் எழுவதைத் தடுக்க வல்லது என்கிறார். (ஆதி மனிதத் தோற்றத்திலிருந்து மனித மனத் துடிப்புகள் நிலையானவையாக விளங்கவில்லை. சூழ்நிலை, சந்தர்ப்பம் மற்றும் வாழ்க்கை முறை ஆகியவை அவனுடைய அகப்பண்புகளை மிகவும் மாற்றி வருகின்றன. இம்மாற்றங்களின் இயல்புகளை ஆழ்ந்து ஆராய வேண்டும். அரசியல் மற்றும் சமூக நிறுவனங்களால் விளைந்த நன்மைதீமைகளைப் பற்றி முடிவெடுக்க ஆய்வுகள் உதவுகின்றன) என்ற கருத்தோட்டமுடைய அம்பேத்கர் ரஸ்ஸல் புத்தகத்தின் சாதக பாதகங்களை ஆராய்கிறார். நாடுகளின் உத்வேகமும், வளர்ச்சிபற்றி அதன் தாகமும் ஒரு வேளை போருக்கு வழி வகுத்து விடலாம். ஆனால் உத்வேகத் துலீண்டலே வாழ்வின் வெளிப்பாடு. உத்வேகம் இம்மை சாவுக்குச் சமம். கற்பனை வளம், துணிந்த முயற்சி, ஆர்வமும் இல்லையேல் சமூகம் தேக்க நிலை கண்டு உளுத்துப் போகத் தொடங்கும். இவ்வாறு, மனித ஆற்றலும் முயற்சியும் ஜீவனுள்ள தேசத்திற்கு அவசியம் எனக் கூறும் ரஸ்ஸல், சாவையும், அழிவையும் வன்மத்தையும் விளைவிக்கும் போது தான், இவ்வுந்துதல்கள் தீங்காகின்றன, உத்வேகங்களுக்கு யுத்தம் வடிகாலாக அமைந்துவிடாமல் காக்க வேண்டும் என்கிறார். ரஸ்ஸலின் கருத்தைப் பற்றி அம்பேத்கர் பின்வருமாறு கூறுகிறார் வலிமை தருகிற ஊக்க சக்தியை பெரிதும் விரும்புகிற ரஸ்ஸல், வலிமை வன்முறை ஆகிவிடுவதை எதிர்க்கிறார் என்று கூறுகிறார்.

இந்த மதிப்புரையில் இந்திய நாட்டின் பெருமையாகச் சொல்லப்படுகிற சாத்வீகத்தை அம்பேத்கர் விமர்சிக்கிறார். (தேசிய எழுச்சி கொண்ட இன்றைய இந்தியாவிலும் கூட, அனைத்தையுமே இந்திய பெருமிதங்களாக இத்தேசியம் ஏற்கும் பரிதாபம்) என்கிறார்.

போர்வெறி கொண்டவர்கள் என மேலை நாட்டினரை பழிக்கிறோம். ஒருவேளை அவர்கள் நமது செயல்பாடின்மைபற்றி எதிர்வாதம்

வழங்கலாம். ஆகவே நாம் அனைவருமே உலோகாயத்தினர்தாம் (ஆயவநசயைடளைவ) என்பதை மறந்துவிடலாகாது என்கிறார். இந்தியாவின் பெருமை, சாத்வீகத்தன்மை என பெருமைப்பட்டுக் கொள்கிறவர்களை அம்பேத்கர் கேட்கிறார்: (பணிந்திருந்து தகுந்த தருணத்தில் பின் வாங்கி, வளைந்து கொடுப்பதன் காரணமாகப் பலவீனமான மக்கள் தொடர்ந்து வாழ்ந்து வருவார்கள், மானங்கெட்டு அஞ்சி வாழ்வதோ, அடிமையாய் அடிபணிந்து, அவ்வாறே காலங்காலமாய்த் தொடர்ந்து வாழ்ந்து வருவதோ பாராட்டத்தக்கதுதானா?)

மேலும் தொடர்கிறார்: (ஒரு மக்கள் கூட்டத்தினர் காலத்தைப் புறங்கண்டு அஞ்சி வாழ்ந்து வருகிறார்கள் என்பதனாலேயே அவர்கள் காலங்காலமாக வளர்ச்சியுற்று முன்னேறி வந்துள்ளார்கள் எனக் கூற முடியாது. தொடர் வாழ்வு முக்கியமல்ல, பண்புத் தரமும் வாழ்க்கைத் தரமும் தான் முக்கியம்) என்கிறார்.

இவ்வாறு ரஸ்ஸல் அவர்களின் புத்தகத்திற்கு மதிப்புரை வழங்குகிற அம்பேத்கர், இதன் வழியாக அர்த்தமற்ற இந்தியப் பெருமிதங்கள் பற்றி தனது கருத்துக்களை பதிவு செய்வதன் மூலம் உத்வேகமுள்ள, துடிப்புமிக்க தேசம் பற்றிய தனது கனவுகளை வெளியிடுகிறார்.

12

அரசின் வரவு செலவு திட்டம் யாருக்காக

1927 பிப்ரவரி 18 அன்று பம்பாய்ச் சட்ட மேலவையின் நியமன உறுப்பினராக டாக்டர் அம்பேத்கர் பதவியேற்றுக் கொண்டார். பதவி ஏற்றுக்கொண்ட ஆறு நாட்களில் பிப்ரவரி 24 அன்று பம்பாய்ச் சட்டமன்றத்தில் முன்மொழியப்பட்ட வரவுசெலவுத் திட்டத்தின்மீது அம்பேத்கர் ஆற்றிய உரையில், பின்வருமாறு குறிப்பிடுகிறார்.

சிறந்த வருவாய் அமைப்பின் இன்றியமையாத அம்சம், அதன் நம்பகத்தன்மையே ஆகும். நிலத் தீர்வையும், தொழில் வரியும் ஒரே வகையில்தான் வசூலிக்கப்படுகிறது என்றால், ஏன் வேறுபாடு கடைப்பிடிக்கப்படுகிறது என்கிறார். ஒவ்வொரு விவசாயியும், அவரது வருமானம் எத்தகையதாக இருப்பினும், நிலவரி செலுத்தவேண்டியுள்ளது. ஆனால் வருமான வரியைப் பொறுத்தவரையில் ஒருவருக்கு வருமானம் இல்லை என்றால் அவர் வருமான வரி கட்ட வேண்டியதில்லை. ஆனால் நிலவரியைப் பொறுத்தவரையில் மகசூல் பொய்த்தாலும் சரி, அமோக விளைச்சல் இருந்தாலும் சரி, பாவம் ஏழை விவசாயி நிலவரி கட்டியே ஆக வேண்டும்.

தொழில் வரியோ வருவாய்க்கு ஏற்ப விதிக்கப்படுகிறது. நிலவரியோ ஒரு ஏக்கர் நிலம் வைத்திருப்பவருக்கும், ஜாகீர்தாரருக்கும் ஒரே விகிதத்தில்தான் வரி விதிக்கப்படுகிறது. வருவாய் கூடுவதற்கேற்ப

படிப்படியாக அதிகரித்துச் செல்லும் விதிமுறைப்படி நில வரி வசூலிக்கப்படுவதில்லை. குறிப்பிட்ட வருமானம் உள்ளவர்களுக்கு வரிவிலக்கு அளிக்கும் முறை நிலவரியில் இல்லை. ஆனால், வருமானவரியில் வரிவிலக்குமுறை இருக்கிறது என்பதை சுட்டிக்காட்டுகிறார்.

மதுவிலக்குப் பற்றிப் பேசும் அரசு, நாட்டுச் சாராய விநியோகத்தில் தாராளம் காட்டுவதை சுட்டிக்காட்டி, மக்களின் வளமே நாட்டின் மகோன்னதமான மரபுவழிச் செல்வம். மக்களின் ஒழுக்கத்தைச் சிதைக்கக்கூடாது. அவர்களைப் பிச்சாண்டிகளாக்கக்கூடாது. மக்களைப் பிச்சைக்காரர்களாக்கும் ஓர் அரசு, தானே பிச்சையெடுக்க வேண்டிய அவல நிலைக்குத் தள்ளப்படும்.

அவைத்தலைவர் குறுக்கிட்டு, நேரம் இல்லை என்கிறார்(சட்ட மன்றங்கள் அப்போதும் இப்படித்தான் இருந்ததோ!). மேலும் சில நிமிடங்கள் வேண்டும் என்றவர், காடுகள், பாசனம் ஆகியவற்றைப் பற்றி பேசுகிறார். அரசின் நிர்வாகச் செலவு ஊதாரித்தனமாக இருக்கக்கூடாது என்கிறார். வரவுசெலவுத் திட்டத்தில் பற்றாக்குறை என்பது, அதிர்ச்சியளிக்கக்கூடியது அல்ல, ஆனால் பற்றாக்குறை விழுந்திருப்பதற்கு மாபெரும் சமுக முன்னேற்றத்திட்டம் காரணமாக இல்லை என்பதுதான் வருத்தமளிக்கிறது. கட்டாயக்கல்வி, மருத்துவ உதவி, கொடிய குடிப்பழக்கத்திலிருந்து விடுதலை, அனைத்து வாழ்க்கை வசதிகளையும் செய்துதருதல் ஆகியவை இந்த அவையின் கடமை என்கிறார்.

இந்த மண்ணுலக வாழ்க்கையின் நல்ல விஷயங்களெல்லாம், எங்கோ ஆகாயத்திலிருந்து தொப்பென்று குதித்துவிட மாட்டா. மாறாக, ஒவ்வொரு முன்னேற்றத்திற்கும் அதற்குரிய விலை கொடுத்தாக வேண்டும். அத்தகைய விலை கொடுப்பவர்கள்தான் அந்த முன்னேற்றத்தை ஈட்டமுடியும்.

21.2.1928 அன்று வரவு செலவுத்திட்டத்தின் மீது

நிர்வாகக் குறைபாடுகளால் பற்றாக்குறை நிதிநிலை அறிக்கை தாக்கல் செய்யப்பட்டதற்கு தனது கடும் அதிருப்தியை வெளிப்படுத்துகிறார். மாண்டேகுசெம்ஸ்போர்டு சீர்திருத்தங்களுக்குப் பத்து ஆண்டுகளுக்குப்பிறகும் சட்டம் ஒழுங்கை நிலைநாட்டுவதற்கு மட்டுமே உதவக்கூடிய செலவினங்களை விட முன்னேற்றத்துக்குத் துணைபுரியக்கூடிய செலவினங்கள் முன்னுரிமை பெறும் என்று நாம் கொண்டிருந்த நம்பிக்கைகள் பொய்த்துப் போய்விட்டன என்கிறார். பல்வேறு மாநிலங்களில் ஒதுக்கப்பட்ட துறைகளுக்கும், மாற்றப்பட்ட துறைகளுக்கும் நிதி ஒதுக்கீட்டில் அதிகரிப்பு சதவிகிதத்தை சுட்டிக்காட்டி, பம்பாய் மிகவும் பின்தங்கியுற்றதை பெருத்த அவமானம், மோசடி என்கிறார்.

	ஒதுக்கப்பட்ட துறை (அதிகரிப்பு சதவிகிதத்தில்)	மாற்றப்பட்ட துறை (அதிகரிப்பு சதவிகிதத்தில்)
சென்னை	1.21	14.26
பஞ்சாப்	10.40	29.41
பீகார், ஒரிசா	5.89	44.60
பம்பாய்	6.35	5.82

ஒதுக்கப்பட்ட துறைகள் திட்டமிட்டுக் கொழுக்க வைக்கப்படுகின்றன. மாற்றப்பட்ட துறைகள் திட்டமிட்டுப் பட்டினி போடப்படுகின்றன. மாற்றத்தின் நிதி நிலைமையும் கவலையளிக்கும் விதமாக உள்ளது. எப்படியோ ஒப்பேத்திச் செல்லக்கூடிய ஒரு கொள்கையைத்தான், நாளைய நாட்களைப் பற்றிய எத்தகைய சிந்தனையும் இல்லாமல், இன்றைய நாட்களைப் பற்றி மட்டுமே கவலைப்படும் ஒரு கொள்கையே கடைப்பிடிக்கப்படுகிறது.

பஞ்ச இன்சூரன்ஸ் போன்ற மானியங்களைக் குறைப்பதில் கவனம் செலுத்துவதைவிட, அரசின் நிர்வாகச் செலவில் சிக்கனத்தைக் கடைப்பிடிப்பது நல்லது என்கிறார்.

குறிப்பு

மாற்றப்பட்ட துறை - மக்கள் வாழ்க்கை முன்னேற்றத்திற்கு உதவும் துறைகள்

ஒதுக்கப்பட்ட துறை - காவல்துறை, நிர்வாகம் போன்ற துறைகள்

(2.3.1938ல் வரவுசெலவுத் திட்டம் பற்றி)

(அம்பேத்கர் பம்பாய் சட்டப் பேரவைக்கு 1937ல் தேர்ந்தெடுக்கப்பட்டார்)

மேற்சொன்ன தேதியில் முன்மொழியப்பட்ட வரவுசெலவு அறிக்கையை பலரும் பாராட்டிப் பேசினர். அம்பேத்கர் கடுமையாக விமர்சித்ததோடு, உப்புச் சப்பற்ற உதவாக்கரை பட்ஜெட் என்று பேசினார். மக்களைக் கொடுமைப்படுத்துவதற்கும், ஒடுக்குவதற்கும் கருவிகளாகப் பயன்படுபவர்கள் என்று ஒரு சமயம் கருதப்பட்ட காவல்துறைக்கும், அரசு அமைத்துக்கொண்ட பிறகு காங்கிரஸ் கட்சிக்கும் நல்ல உறவு ஏறபட்டுவிட்டது. ஆகவேதான் காவல்படையை விரிபுடுத்துவதற்கு கூடுதல் நிதி கோருகிறார்கள். காவல் படையினர் எதற்குப் பயன்படுத்தப்படுகிறார்கள் என்பதற்கு, தாராவியில் நடைபெற்ற துப்பாக்கிச்சூடு ஒரு உதாரணம். தொழிலாளர்களின் நலன்களை மேம்படுத்துவதில், அரசாங்கம் போதிய அக்கறை எடுத்துக் கொள்வதாகத் தோன்றவில்லை. மாறாக, உழைக்கும் வர்க்கங்களுக்கு எதிராகக் காவல் துறையினரைப் பெருமளவில் பயன்படுத்துவதில்தான் அது முனைந்து ஈடுபட்டுள்ளது.

பட்ஜெட்டில் தொகையைமட்டும் ஒதுக்கிவிட்டு அதற்கான திட்டங்கள் தீட்டப்படாமல் இருப்பது குறித்து இந்த செலவினங்கள்

எல்லாம் அடைகாக்கும் நிலையிலேயே உள்ளன. முட்டையிலிருந்து குஞ்சுபொரித்து வெளிவருமா? தெரியவில்லை! தொகை குறிப்பிடப்படாத காசோலைபோல் வெறுமையான ஒப்புதலையே கோருவது போன்றது. இதனால் அரசு தனது இஷ்டம்போல் செலவுசெய்யும் நிலை ஏற்படும் என்கிறார். மேலும் இது அவையின் உரிமைகளை மீறுவது என்கிறார்.

நிதிநிலை அறிக்கையில் கல்வி, நீர்ப்பாசனம் போன்ற நிரந்தர வளர்ச்சிக்கு கூடுதல்நிதி ஒதுக்கப்பட வேண்டும் என்கிறார். இதற்கான நிதியை பணக்காரர்கள்மீது வரிவிதிப்பதன்மூலம் திரட்ட வேண்டும். சமூகம் முழுவதும் பயன்படுத்தும் பல பொதுநலத்துறைகள் தனியார்களிடம் உள்ளன (உதாரணம்: மின்விசை). இவற்றை தேசவுடமையாக்கிக் கிடைக்கும் லாபத்தை சமூகம் முழுவதன் நன்மைக்காக ஏன் பயன்படுத்தக்கூடாது என்கிறார். புதிய வரிகள் விதிக்காததாலேயே ஒரு பட்ஜெட் நல்ல பட்ஜெட் அல்ல. பணக்காரர்கள் மீது வரிவிதிக்க அஞ்சும் பட்ஜெட் பணக்காரர்களின் பட்ஜெட்டே.

பணக்காரனைப் பொறுத்தவரையில் அவன் எந்த விஷயத்துக்கும் அரசாங்கத்தை நம்பியிருக்க வேண்டிய அவசியமில்லை. ஏழைகளுக்குத்தான் அரசாங்கத்தின் உதவி வேண்டும். ஏழைகளுக்குத்தான் அதிக இலவச வசதிகள் வேண்டும். வரி விதிக்க தைரியமில்லை. ஆகவே இதையெல்லாம் செய்ய முடியாது என்றால் பதவி துறப்பது நல்லது என்கிறார்(அப்போது குறுக்கிட்ட திரு மொராார்ஜி ஆர். தேசாய் இது வம்புச்சண்டைக்கு வருவது என்றார்).

தொடர்ந்து பேசிய அம்பேத்கர், ஐரோப்பிய நாடுகளின் சமூக நலத்துறைகளை அப்படியே பின்பற்றக்கூடாது, காரணம், நாம் அதிகப்படியான பிச்சைக்காரர்களையும், கூலிகளையும் கொண்ட தேசம் என்கிறார். ஆகவே, இதுபோன்ற பட்ஜெட்டுகள் பணக்காரர்களைக் கொழுக்க வைத்து ஏழைகளைப் பட்டினி போடும் பட்ஜெட் எனக்கூறித் தனது உரையை முடிக்கிறார். (21.2.1939ல் வரவு செலவுத்திட்டம் பற்றி)

ஏறத்தாழ 21 பக்கம் கொண்ட உரை இது. தேச விடுதலைக்கு முன்பு 1939 ல், ஒரு மாகாண அரசின் பட்ஜெட்மீது இத்தனை செறிவான உரையை இந்தியா கேட்டிருக்கும் எனத் தோன்றவில்லை. பொருளாதாரத்தில் டாக்டர் பட்டம் பெற்றவர் என்பதுமட்டும் அவர் உரையின் நிறைவல்ல. அவர் ஏழைகளின், உழைப்பாளிகளின், விவசாயிகளின் பக்கம் நின்று போர்ப் பிரகடனம் செய்வதே உரையின் செறிவு. இணையதளத்தில் தட்டினால், புள்ளிவிபரங்களைக் கொட்டுகிற காலமல்ல அது. ஆனால் தனது உரைக்குப் பக்கபலமாக எண்ணற்ற புள்ளிவிபரங்களை அம்பேத்கர் முன்வைக்கிறார். அம்பேத்கரை இன்றும் பேசுவது அவரது மேதைமைக்காக

மட்டுமல்ல, அந்த மேதைமை முழுவதையும் மக்களுக்காகவே அர்ப்பணித்தார் என்பதற்காகவே! இனி அம்பேத்கரின் பட்ஜெட் உரையின் உள்ளே செல்வோம்.

உரையின் முதல்பகுதியில் அந்த குறிப்பிட்ட பட்ஜெட்டின் வரிவிதிப்பு மற்றும் செலவினங்கள்பற்றி விமர்சிக்கிறார். அதைத்தொடர்ந்து மாகாண அரசு எதில் உடனடிக் கவனம் செலுத்த வேண்டும் என்பதைப் பற்றியும், ஆனால் இதையெல்லாம் நிறைவேற்றும்படியாக அரசின் பட்ஜெட் இல்லை என்பதையும் ஆதாரங்களுடன் பேசுகிறார்.

கல்வி

வயது வந்தோர் கல்வியைப் பொறுத்தவரை, ஆண்களில் 86 சதவிகிதத்தினரும், பெண்களில் 98 சதவிகிதத்தினரும் அடிப்படைக் கல்வியைப் பெற வேண்டியவர்களாக உள்ளனர். கல்வி அறிவின் மூலமாகவே அவர்கள் மற்றவர்களின் சூழ்ச்சிகளுக்குத் தப்பி, முன்னேற முடியும். அரசு அமைத்த குழு வயது வந்தோர் கல்வி பற்றி அளித்த அறிக்கை கண்டு கொள்ளப்படவில்லை.

கல்லூரிக்கல்வி தொடர்பாக தனக்குள்ள பொறுப்பை இந்த அரசாங்கம் உதறித்தள்ளிவிட்டது. இளம் மக்களுக்கு மேற்கல்வியளிப்பதைத் தனது கடமையாகக் கருதாமல் தனியார் நிறுவனங்களிடம் ஒப்படைத்துவிட்டது. உயர்நிலைக் கல்வியிலும் இதேநிலைதான். தனியார் கல்வி நிறுவனங்களுக்கு ஏதோ சிறு மானியங்கள் வழங்குவதோடு நின்று விடுகிறது. ஆரம்பக்கல்வி தொடர்பாக அரசாங்கம் என்ன சாதித்திருக்கிறது. ஆரம்பக்கல்விச் சட்டம் 6 முதல் 11 வயதுடையவர்களுக்கு பொருந்தக்கூடியதாக உள்ளது. இவ்வயதுடையவர் மாகாணத்தில் 24,79,000 பேர் உள்ளனர். இதில் 7,54,000 பேர்தான் பள்ளி செல்கிறார்கள். மூன்றில் ஒரு குழந்தை மட்டுமே பள்ளி செல்கிறது. கல்வியை மேம்படுத்தும் விதத்தில் நிதி ஒதுக்கீடு இல்லை. அதேபோல் சுகாதாரத்திற்கு மொத்த செலவினத்தில் 2 1/2 சதவிகிதமே ஒதுக்கீடு செய்யப்பட்டுள்ளது. கிராமங்கள் சாணக்குவியலாக உள்ளது. தண்ணீர்ப் பற்றாக்குறை கடுமையாக உள்ளது. நோய்களினால் உயிரிழப்பும் அதிகமாக இருக்கிறது.

தொழிலைப் பொறுத்தவரை, விவசாயமே முதன்மையான தொழிலாக உள்ளது. பெரும்பகுதி நிலங்கள் பயன்படுத்தப்பட்டு விட்டன. சாகுபடிக்கு ஏதுவான தரிசு நிலங்களைப் பொறுத்தவரை, பம்பாய் மாநிலத்தில் 60 லட்சம் ஏக்கர்தான் உள்ளது. ஆனால், சென்னை மாநிலத்தில் 1.3 கோடி ஏக்கர்களும், மத்திய மாநிலங்களில் 1.4 கோடி ஏக்கர்களும், பஞ் சாபில் 1.4 கோடி ஏக்கர்களும் உள்ளன. ஆகவே, இந்த மாநிலத்தின் விடிவு மட்டுமல்ல, இந்தியா முழுவதன் விடிவு நகரமயமாக்குவதிலும், நமது தொழில்களைப் பெரிதும் கட்டி வளர்ப்பதிலும், எவ்வளவு முடியுமோ அவ்வளவு மக்களைக் கிராமங்களிலிருந்து நகரங்களில் குடியேறச் செய்வதிலும்தான் உள்ளது. மக்களுக்கு நிறைவேற்ற வேண்டியதைச் செய்யாமல் குறைவான வரிவிதிப்பு என்ற காரணத்திற்காக மட்டும் ஒரு நிதியமைச்சரைப்

பாராட்ட முடியாது. உதாரணமாக, பிள்ளையாரை உருவாக்கச் சொன்னால் குரங்கையும், யானையை உருவாக்கச் சொன்னால் கழுதையையும் உருவாக்கியபிறகு, ஒரு குயவனை அவன் அதிகக் களிமண்ணைப் பயன்படுத்தவில்லை என்பதற்காக கெட்டிக்காரன் என்று பாராட்ட முடியுமா என்று தனது உரையை முடிக்கிறார்.

(நிதிச்சட்டத் திருத்த மசோதா (28.8.1939)

சொத்து வரி உள்ளாட்சிகளுக்கு உரியது. ஆனால், மாநில அரசு சொத்து வரி விதிப்பது எனவும், இதையும் உள்ளாட்சிகளே வசூல் செய்து தர வேண்டும் என்கிற இந்த மசோதாவைக் கைவிட வேண்டும் என்று அம்பேத்கர் பேசுகிறார்.

<h1 style="text-align:center">13
கல்வி அடிப்படை உரிமை</h1>

(கல்விமானியம் பற்றி 12.3.1927 பம்பாய் சட்ட மேலவை)

நமது குழந்தைகளின் கல்வி விஷயத்தில் மிகமிக மெதுவான முன்னேற்றமே அடைந்து வருகிறோம். இந்த மாகாணத்தில் கல்விக்காக ஒரு நபருக்கு 14 அணாக்கள் மட்டுமே செலவு செய்கிறோம். ஆனால் தீர்வையாக ரூ.2, அணா 2, பைசா 9(ரூ.2.17) வசூலிக்கிறோம். குறைந்தபட்சம் இந்த தொகையையாவது கல்விக்குச் செலவிட வேண்டும். ஆரம்பக் கல்வியில் 100க்கு 82 பேர் நான்காம் வகுப்பிற்குள் இடைநின்று விடுகின்றனர். எனவே, ஆரம்பக்கல்விக்கு கூடுதல் நிதி செலவிட வேண்டும். ஒவ்வொருவரும் அடையக்கூடிய வகையில் இருப்பதுவே கல்வி. இழப்பீட்டை ஈடுகட்டும் அடிப்படையில் இயங்கும் துறையாக நாம் கல்வித்துறையை நோக்க முடியாது.

மேலும், மாநில மக்களில் எல்லா இனத்தவருக்கும் ஒரே மாதிரி கல்வி கிட்டவில்லை. உதாரணமாக, கல்லூரிக் கல்வியைப் பொறுத்தவரை

முன்னேறிய இந்துக்கள் அவர்களின் இரண்டு லட்சம் பேருக்கு 1000 பேர்

பிராமணரல்லாதார் அவர்களில் இரண்டு லட்சம் பேருக்கு 14 பேர்

முசுலீம்கள் அவர்களில் இரண்டு லட்சம் பேருக்கு 52 பேர் தாழ்த்தப்பட்டோர்/ பழங்குடியினர் அவர்களில் இரண்டு லட்சம் பேரில் யாருமில்லை (அப்படியே இருந்தாலும் அநேகமாக ஒருவர்தான்)

இதுதான் நிலைமை. அனைவரையும் சமத்துவ நிலைக்குக் கொண்டு வர ஒரே வழி, சமத்துவமற்றக் கோட்பாட்டின்மூலமாக, தாழ்ந்த நிலையிலுள்ளோருக்கு தனிச்சலுகை அளித்து அவர்களை முன்னேற்றுவதே ஆகும். சமத்துவமற்ற மக்களிடையே, சமத்துவ நடைமுறையைக் கடைப்பிடிப்பது என்பது பாரபட்ச மனப்பான்மையைக் காட்டுவதாகும். புறக்கணிப்பது என்றே பொருள்படும்.

குறைந்த வருமானமே உள்ளாட்சிகளிடம் உள்ளது. உள்ளாட்சிகளின் பொறுப்பாக கல்வியை மாற்றுவது, சுமக்கத் திராணியற்ற தோள்களின் மீது சுமை ஏற்றுவதாகிறது. ஆகவே, அரசே பொறுப்பேற்க வேண்டும்.

14
தேர்வை கடுமையாக்குவதால் கல்வித்தரம் உயராது!

(1927 பம்பாய் சட்ட மேலவையில் பம்பாய்ப் பல்கலைக்கழகச் சட்டத்தைத் திருத்துவதற்கான மசோதா(1) விவாதத்தில்)

தேர்வுகள் நடத்துவதையே முதல் குறிக்கோளாகப் பல்கலைக்கழகங்கள் கொண்டிருந்தால், அது ஆராய்ச்சிக்கோ, உயர் கல்வியை மேம்படுத்துவதற்கோ பயன்படாது.

ஆசிரியர் தொழிலின் பணிச்சுமை பற்றிக் குறிப்பிடும்போது கப்பலில் துடுப்பு வலிக்கும்படி தண்டிக்கப் பெற்ற பழங்காலக் குற்றவாளிகளைப் போன்று ஒரு பேராசிரியர் ஊழியம் செய்ய வற்புறுத்தப்படும்போது, அவர் ஆசிரியர் என்ற சொல்லின் உண்மையான அர்த்தத்திற்கு உகந்தவராக இருக்க மாட்டார். கூலிக்கு மாரடிக்கவே முடியும். தனித்தன்மை இருக்காது. அவரால் மாணவர்களிடம் எந்த அகத்தூண்டுதலையும் ஏற்படுத்திவிட முடியாது. படிப்பு எந்திரக் கிரியையாகவே இருக்கும்.

பிற்படுத்தப்பட்ட வகுப்பினருக்கு இட ஒதுக்கீடு செய்யப்படுவதை செனட் ஏற்கவில்லை என்பதை விமர்சிக்கிறார். மேலவைக்கு உள்ளேயும் வெளியேயும் உள்ளவர்கள் தெரிந்தோ, தெரியாமலோ ஒவ்வொரு பிரச்சனையையும் வகுப்புவாதக் கண்ணோட்டத்துடனே அணுகவே கட்டுப்பட்டுள்ளனர். என்னைப் பொறுத்தவரை, ஒவ்வொரு பிரச்சனையிலும் இது தாழ்த்தப்பட்ட வகுப்பினருக்கு நல்லதா? இல்லையா? என்று என்னை நானே கேட்டுக் கொள்வேன். இதை நான் நேர்மையோடு ஒப்புக்கொள்கிறேன் என்கிறார்.

உடனே உறுப்பினர் கே.எஃப்.நாரிமன் 'வருந்துகிறேன்' என்கிறார்.

மீண்டும் அம்பேத்கர் தொடர்கிறார். 'வருந்துகிறேன் என்பவர்கள் வகுப்புவாதத்திலிருந்து விடுபட்டவர்கள் அல்ல. பேச்சுக்கும், செயலுக்கும் வேறுபாடுகள் உள்ளது. பிற இனத்தவருடன் சமத்துவ அடிப்படையில் உறவு கொண்டாட முடியாத வகையில் நமது மனப்போக்கு அமைந்துள்ளது. நமது பெண்களுக்கு மணமுடிக்க வேண்டுமெனில்' அந்த மணமகன் நமது சொந்த ஜாதியைச் சேர்ந்தவனா, இல்லையா என்று கேட்பதில்தான் ஆரம்பிக்கிறோம்.

தொடர்ந்து செனட்டில் பிற்படுத்தப்பட்டவர்களுக்கு அளிக்க வேண்டும் என வற்புறுத்துகிறார். அறிவுபூர்வமாக முன்னேற்றமடையாத இனங்களுக்கு பிரதிநிதித்துவம் அவசியம். வகுப்புவாத இயக்க சக்திகளை ஒரு கட்டுக்குள் வைத்திட இந்த

எதிர்க்கட்டுப்பாடு அவசியப்படுகிறது. தேர்வு என்பது, கல்வியிலிருந்து முற்றிலும் வேறுபட்டது. ஆனால், கல்வித்தரத்தை உயர்த்துவது என்ற பெயரால், தேர்வுகளைக் கடுமையாக்குவது, இதுகாறும் பல்கலைக்கழக வளாகத்தினுள் நுழைய வாய்ப்பு இல்லாத பிற்படுத்தப்பட்ட வகுப்பினர், அந்த வளாகத்திற்கு வெளியேயே அறவே நிறுத்தப்பட்டு விடுகின்றனர்.

இக்கட்டுக்கு ஆளாகி, அல்லல்பட்டுக் கொண்டிருக்கும் இனத்தவர்களின் தேவைகளை எடுத்துரைக்க, பிரதிநிதித்துவம் அவசியப்படுகின்றன. ஆகவே, செனட் சபையில் பிற்படுத்தப்பட்டவர்களுக்கு பிரதிநிதித்துவம் அளிக்க வகை செய்யப்பட்டாலொழிய, இந்த மசோதாவினால் பயனேதும் இல்லை என தனது உரையை நிறைவு செய்கிறார்.

(1.10.1927 ல் பம்பாய்ச் சட்ட மேலவையில் பம்பாய் பல்கலைக்கழக சட்ட திருத்த மசோதா2 விவாதத்தில்)

கல்லூரிகளின் தரத்தை உயர்த்தும் விதமாக கல்லூரிகளின் மீது பல்கலைக்கழகத்திற்கு ஏதேனும் கட்டுப்பாடு அவசியமாகிறது. தற்போது இதற்கான ஒரு வழிமுறையாக கண்காணிப்புக் கமிட்டி உள்ளது. பல்கலைக்கழகத்தை அரசாங்கம் ஓர் அடிப்படைக் கூறாக அங்கீகரிக்குமானால் கல்லூரிகளுக்கு அரசாங்கம் அளிக்கும் மானியத்தொகை, பல்கலைக்கழகத்தினால் அல்லது பல்கலைக்கழகத்தின் பரிந்துரையின் பேரில் வழங்கப்படுமானால் பல்கலைக்கழகம் தனது ஒழுங்குக்கட்டுப்பாட்டை நடைமுறைப்படுத்துவதற்குத் தேவையான அதிகாரத்தை பெற முடியும்.

(3.10.1927 பம்பாய் சட்ட மேலவையில் பம்பாய் பல்கலைக்கழக சட்டத்திருத்த மசோதா3 விவாதத்தில்)

பல்கலைக்கழகத்திற்கு முகவர் என்ற புதிய பதவி முன்மொழிவை திருத்தம் செய்திட வேண்டும். துணைவேந்தர், பதிவாளர் ஆகிய பதவிகள் இருக்கும்போது, அதே கடமைகளை நிறைவேற்ற முகவர்(ரெக்டார்) என்ற புதிய பதவியை ஏற்படுத்துவது, எவ்வகையிலும் நிர்வாகத்திற்கு உதவப் போவதில்லை. மாறாக, நிர்வாகச் செலவை அதிகரிக்கவே உதவும்.

(பம்பாய் பல்கலைக்கழகச் சட்டத்திருத்த மசோதா4 விவாதத்தில் 5.10.1927 பம்பாய் மேலவை)

பல்கலைக்கழகம் என்பது, பட்டமேற்படிப்பு மற்றும் தேர்வுக்கான அமைப்பு என்றால், அதன் நோக்கம் குறுகிப்போகும். அதன் அடிப்படைப் பணி தேவைப்படுவோருக்கும் ஏழைகளுக்கும் உயர்கல்வி தங்குதடையின்றிக் கிடைக்கச் செய்வதே ஆகும். அறிவுத்திறன் கொண்டோர் மட்டுமின்றி, வாய்ப்பு மறுக்கப்பட்ட சாதாரண ஏழைகளும் பயன்படுத்தும் விதமாக பல்கலைக்கழகம் இருக்க வேண்டும். கற்ற வகுப்பாரே சமுதாய மதிப்புகள் எனக் கொள்ளப்படுகிறது. அவர்கள் கீழ்நிலை வகுப்பார் மீது பரிவு

காட்டவில்லை. கசப்பான அனுபவமாகவே உள்ளது. குற்றப் பரம்பரையினர், தீண்டத்தகாதோர் என மக்கள் தொகையில் கணிசமானோர் இருப்பது பெருமைக்குரியதல்ல. எங்களை இப்போதுள்ள அதே அவலநிலையில் வைத்திருப்பதே அவர்களது விருப்பம்.

ஆகவேதான், அரசை எதிர்ப்பவர்களெல்லாம் திடீரென ஒன்று சேர்ந்து பிற்படுத்தப்பட்டவர்கள் நியமனம் மூலமாக பிரதிநிதித்துவம் பெறுவதைத் தடுக்கிறீர்கள். பொருளாதாரப் பயன் என்றால், தடுக்க மாட்டோம் என்கிறார் முன்ஷி. கல்விதான் பொருளாதார ரீதியாக மிகப்பெரும் பயன். பொருளாதாரப் பயன்களை விட்டுத் தருவோம். கல்விக்கான வாய்ப்புகளை ஒருபோதும விட்டுத்தர மாட்டோம் என்று தனது விவாதத்தை நிறைவு செய்கிறார்.

பம்பாய் ஆரம்பக்கல்வி சட்டதிருத்த மசோதா மீது 1938 ஏப்ரல் 21 மற்றும் 30 ஆகிய தேதிகளில் நடைபெற்ற விவாதங்களில் பங்கேற்று அம்பேத்கர் பேசுகிறார்.

கல்வி வாரிய உறுப்பினர் நியமனம் பற்றியும், பள்ளி வாரியத்திற்கு நிர்வாக அதிகாரி நியமனம் பற்றியும் இவ் விவாதங்கள் நடைபெற்றுள்ளது. நியமனக் கோட்பாட்டினைக் காட்டிலும், தேர்வுக் கோட்பாடு மேம்பாடுடையது என்றும், அரசால் நியமிக்கப்படும் நிர்வாக அதிகாரிகள், சம்பந்தப்பட்ட வாரியத்திற்குக் கட்டுப்பட்டவராக இருக்க வேண்டும், தனது நிர்வாக அதிகாரத்தை ஒருதலைப்பட்சமாக பிரயோகிப்பதற்கான சந்தர்ப்பங்களை ஏற்படுத்திவிடக்கூடாது என்றும் தனது உரையில் குறிப்பிடுகிறார்.

15
உழுகிறவர்களுக்கு நிலம் கொடு

வாட்டான்தார்கள் என்று அழைக்கப்பட்ட, ஏறக்குறைய அடிமை நிலையில் இருந்த அடிமட்ட அரசு ஊழியர்களின் அவலநிலையை ஒழிப்பதற்காக (1874ம் ஆண்டின் பம்பாய் பாரம்பரியப் பணிகள் சட்டத்தை திருத்துவதற்காக) 1928 மார்ச் 19 அன்று டாக்டர் அம்பேத்கர் அவர்களால் அறிமுகப் படுத்தப்பட்ட மசோதா.

மசோதாவின் நோக்கங்கள்

1. வாட்டான்தார்களுக்கு ஊதியப் பாதுகாப்பு, மாறுதல் வாய்ப்பு.

2. குடிமக்களுக்கு செய்யும் வேலைகளுக்காக பணமாக ஊதியம் பெறுதல்

3. குடிமக்களுக்கு பணி செய்ய வேண்டிய கட்டாயத்தில் இருந்து தங்களை விடுவித்துக் கொள்ள அனுமதிப்பது.

4. அவர்களின் பணிகளை வரையறுப்பது. அம்பேத்கர் இவ்வாறு பேசுகிறார்.

இவர்களில் கணிசமானவர்கள் மஹார்கள். எனவே இது மஹார்களைப் பற்றிய பேச்சுதான். இவர்கள் அனுபவித்து வரும் கொடுமை, கொஞ்சநஞ்சமல்ல. இவர்கள் அரசு ஊழியர்கள், ஆனால் இவர்களின் பணிகள் நிர்ணயிக்கப்படவில்லை. எந்த இலாகாவும் தனது தேவைகளுக்கு இவர்களைப் பயன்படுத்திக் கொள்ள முடியும்.

பகல், இரவு எந்த நேரத்திலும், மழை, புயல் போன்ற எதுவும் இவர்களின் வேலைக்கு விலக்களிக்காது. வாட்டான்தார்கள் மட்டுமல்ல, அவர்களின் குடும்பத்தினரும்கூட பணிகளுக்கு அழைக்கப்படுவார்கள். உதாரணமாக வாட்டான்தார் குடும்பத்தை சேர்ந்த 18 வயது இளம் பெண் ஒருவரை தனது பிகாரை (Bigar) தூக்கிக் கொண்டு 5 மைல் தூரம் தன்னுடன் வர வேண்டும் என்று கட்டாயப்படுத்துகிறார். வாட்டான்தார்களுக்கு அரசு தரும் ஊதியம் ஏறக்குறைய 1 ரூபாய் தான்.

அரசு தரும் ஒரு ரூபாய் ஊதியம் தவிர இருவகை வருமானத்தை நம்பி அவர்கள் வாழ வேண்டும். ஒன்று மன்னர்கள் காலத்தில் கொடுக்கப்பட்ட இனாம் நிலங்கள். (பிரிட்டிஷ் அரசு நிலம் ஏதும் கொடுக்க வில்லை). குடும்பம் வளர்ந்து நிலம் துண்டாகி இந்த வருமானம் மிகவும் சுருங்கிப் போனது.

இரண்டாவது வகை வருமானம் குடியானவர்களுக்கு செய்யும் பணிகளுக்காக (ஊதியம்) பொருளாக தரப்படும் ஊதியம். இதற்கு பலூட்டா என்று பெயர். நிர்ணயம் ஏதும் கிடையாது. கொடுப்பதை பெற வேண்டும் பல நேரங்களில் இனாம் உழைப்பாக மாறிவிடும். தவிர மேலதிகாரிகளுக்கு செய்யப்படும் இலவச சேவை மூலமாகத்தான் வாட்டான் உரிமை பாதுகாக்கப்படுகிறது. இவ்வாறு பலமுனைகளில் இவர்களின் உழைப்பு பறிக்கப்படுகிறது.

கல்வி நிலையங்களிலும் இவர்களின் குழந்தைகள் புறக்கணிக்கப்படுகிறார்கள். இவர்களின் வாழ்வில் ஏதாவது முன்னேற்றம் தென்பட்டால் உடனே பலூட்டா நிறுத்தப்படும். வீடுகளுக்கு ஓடு வேய்ந்தால் கூட சமூக புறக்கணிப்பு செய்யப்படுவார்கள். வாட்டான்தார்கள் இருவகை மனநிலையில் உள்ளனர். இந்தப் பணியில் சலிப்பு ஏற்பட்டு வாட்டான்தார் உரிமை வேண்டாம் என்று நினைக்கும் ஒரு பகுதியினர், நில உரிமைக்காக விருப்பமின்றி இப்பணியில் தொடர்கின்றனர். இவர்களிடம் நிலத்திற்கான தொகையை பெற்றுக் கொண்டு, நிலத்துடன் அவர்களை விடுவித்து விடலாம். காலியாக உள்ள வாட்டான்தார் இடத்திற்கு அரசு புதிய ஊழியர்களை நியமித்துக் கொள்ளலாம்.

தங்களது குறைகள் தீர்த்து வைக்கப்படும் பட்சத்தில் வாட்டான்தார்களாக தொடர விரும்புவோர் மற்றொரு பிரிவினர். இவர்களுக்கு கொடுக்கப்படும் பலூட்டா பணமாக கொடுக்கப்பட வேண்டும். இவர்களின் ஊதியம் அரசுக்கு பணி செய்வதற்காக, குடியானவர்களுக்கு பணி செய்வதற்காக என பிரிக்கப்பட வேண்டும். குடியானவர்களுக்கு பணி செய்ய விருப்பமில்லாதவர்களுக்கு விலக்கு அளிக்கப்பட வேண்டும். இவர்கள் குடியானவர்களிடம் எதையும்

எதிர்பார்க்கமாட்டார்கள். இதன் மூலம் ஒரு பிரிவினரை அடக்கி ஆண்டு அடிமைகளாக வைத்திருக்கும் முறைக்கு முடிவு காணலாம்.

இதனால் மஹார்களுக்கு உடனடியாக மிகுந்த இழப்பு ஏற்படும். ஆனால் வாட்டான் முறையின் அடிமைத் தளைகள் ஏற்படும். ஆனால் வாட்டான் முறையின் அடிமைத் தளைகள் தான் மஹார்கள் பிற்பட்டு இருப்பதற்கு முக்கிய காரணம் என்பதால் இதனை ஒழிப்பதற்கு பாடுபட்டு வருகிறேன். இது எனது கருத்துமட்டுமல்ல மசோதா பற்றி கருத்தறிய மஹார்களின் கூட்டம் பலவற்றை நடத்தியுள்ளேன். அவர்கள் இதனை பெரிதும் வரவேற்கிறார்கள். என்று அம்பேத்கர் இம் மசோதாவை முன்மொழிகிறார். இவ்வாறு அரசுப் பணி என்ற பெயரால் கொத்தடிமைகளாக நடத்தப்பட்ட மஹார்களின் இழிவைப் போக்குவதாக அம்பேத்கரின் மசோதா அமைந்தது. **கோத்தி முறையை ஒழிப்பதற்கான மசோதா (1939 செப்டம்பர் 17)**

கோத்திமுறை என்பது பம்பாய் மாநிலத்தில் இருந்த நில உரிமை முறைகளில் ஒன்று. குறிப்பாக ரத்னகிரி, கொலாபா, தானா மாவட்டங்களில் இம்முறை செயல்படுத்தப்பட்டு வந்தது. கோத்தி முறை என்பது ரயத்துவாரி முறையிலிருந்து மாறுபட்டது. நிலத்தை தம் வசம் வைத்திருப்பவர்களிடமிருந்து அரசாங்கம் நேரடியாக நிலவரியை வசூலிப்பது ரயத்துவாரிமுறை. கோத்தி முறையிலோ, கீழ்மட்ட சிறு நில உடைமையாளர்களிடமிருந்து நில வரியை வசூலித்து தரும் பொறுப்பை கோத்துகளிடம் அரசாங்கம் ஒப்படைத்துள்ளது. இதனால் அரசாங்கத்தின் பணியை கோத்துக்கள் சுலபமாக்கினார்கள். ஆனால் தனது எல்கைக்குள்பட்ட கீழ்மட்ட சிறு நில உடமையாளர்களை கோத்துகள் தாங்க முடியாத வரிச்சுமையால் கொடுமைப்படுத்தினார்கள். அவர்கள் ஈவு இரக்கமின்றி சுரண்டப்பட்டார்கள். அவர்கள் மிகவும் இழிந்த நிலைக்கு படுபாதாளத்திற்கு தள்ளப்பட்டார்கள்.

இந்த இரக்கமற்ற கோத்தி முறையை ஒழிப்பதே அம்பேத்கர் முன் மொழிந்த கோத்திமுறை ஒழிப்பு மசோதாவாகும். கோத்தி முறையினால் கிராமப்புற சிறு, குறு விவசாயிகள் அனுபவித்து வந்த கொடுமைகளை விரிவாக ஆதாரத்துடன் எடுத்துரைத்து கோத்தி முறையை ஒழிக்க வேண்டும் என்கிறார். கோத்தி முறை நிலவரி வசூலிப்பதில் அரசுக்கு நன்மையான முறையாக இருக்கலாம், ஆனால் இதில் நன்மைகளை விட தீமைகளே அதிகம் என்கிறார்.

ஆகவே கோத்தி முறையை சட்டப்படி ஒழித்துக் கட்டி, கோத்தின் நிர்வாகத்தில் உள்ள நிலத்தை, தம் வசம் வைத்திருக்கிற சிறு, குறு விவசாயிகளுடன் அரசாங்கம் நேரடியான உறவை ஏற்படுத்திக் கொள்ள வேண்டும். மேலும் நிலத்தை நடைமுறையில் தன் வசம் வைத்திருக்கும் சிறு, குறு விவசாயிகளுக்கு அந்த நிலத்தின் சொந்தக்காரர்கள் என்னும் மதிப்பை அரசு வழங்க வேண்டும். அரசு நேரடியாக வரி வசூல் செய்து கொள்ள வேண்டும். தனது உரிமையை இழந்த கோத்துகளுக்கு உரிய இழப்பீட்டை அரசு வழங்கிட வேண்டும் என்பதே அம்பேத்கரின் மகத்தான முன்மொழிவுகளாகும்.

16

தாழ்த்தப்பட்டவர்கள் மீதான பொருளாதார ஆயுதம்

(1930-களில் மும்பை சட்டமன்றத்தில் கிராமப்பஞ்சாயத்து மசோதா மீது டாக்டர் அம்பேத்கர் ஆற்றிய உரை)

இந்த மசோதாவை அம்பேத்கர் எதிர்க்கிறார். அதற்கான காரணங்கள்

1. கிராமப்புற மக்களின் பொது வசதி மற்றும் உயிர், உடைமை, சுதந்திரம் ஆகியவற்றிற்கு பாதுகாப்பு தருவது பற்றியும் இந்த மசோதா கூறுவதால் கால அவகாசம் அவசியம்.

2. புதிய அரசியல் அமைப்புச் சட்டம் உருவாக உள்ள நிலையில் ஒரு கண்காணிப்பாளர் வேலையை, அல்லது காபந்து அரசு போல் உள்ள ஒரு அரசு இவ்வளவு முக்கியத்துவம் வாய்ந்த பிரச்சனையை கையாள உரிமையற்றது.

3. அதிகாரத்தை பரவலாக்குவது சரியானதுதான் பண்டைக் காலத்தில் இருந்த கிராமப் பஞ்சாயத்து அமைப்பு முறையை "கிராமியக் குடியரசுகள்" என்று கூட சிலர் புகழ்கின்றனர். ஆனால் இந்திய பொது வாழ்வின் அழிவிற்கு இவைதான் காரணம். இந்திய சமுதாயங்கள் எல்லையற்ற கிராமியப்பற்றையும், கிராமிய உணர்வையும் கொண்டுள்ளன. இதுவே வலிமையான இந்திய தேசியம் வளர்ச்சியுறுவதற்கு சாவுமணி அடித்தன என ஆர்.ஜி.பிரதான் கூறுவதை கணக்கில் கொள்ள வேண்டும். இந்திய குடிமகன் என்கிற பொதுவான மனபான்கை ஏற்படுத்துவதற்கு இது தடையாக மாறிவிடக்கூடாது.

4. வயது வந்தோர்க்கு வாக்குரிமை பாராட்டுக்குரியது தான். ஆனால் ஒவ்வொரு கிராமத்திலும் அவதியுறும் சிறுபான்மையினராக உள்ள தாழ்த்தப்பட்டவர்களுக்கு தனி பிரதிநிதித்துவம் அளிக்க வேண்டும்.

5. கிராமப் பஞ்சாயத்துகளுக்கு நீதிமன்றத்திற்கு உரிய அதிகாரங்கள் வழங்கப்பட்டுள்ளது. படு பயங்கரமான விளைவுகளை ஏற்படுத்தும் சிவில் மற்றும் கிரிமினல் வழக்குகளை நம்பகமான நீதிமன்ற அமைப்புதான் விசாரிக்க முடியும். அதற்கு சட்டத்துறையில் பயிற்சி இருக்க வேண்டும். விருப்பு வெறுப்பற்ற கண்ணோட்டம் இருக்க வேண்டும. சுதந்திரமாக செயலாற்றும் நிலையில் அது இருக்க வேண்டும். தேர்வு செய்யப்பட்ட கிராமப் பஞ்சாயத்துகளுக்கு இந்த பண்டுகள் எவ்வாறு இருக்கும்? அறியாமையிலும், மூட நம்பிக்கையிலும் உழன்று கொண்டிருக்கும் இந்த மக்கள்திரள் நீதிபதிகளாக

செயலாற்றக் கூடிய பஞ்சாயத்துக்களை அடையாளம் காட்ட முடியுமா? சாதிப் பூசல்களுடனும் குறுகிய கண்ணோட்டத்துடனும் சிலர் மேல் சாதியினர், சிலர் கீழ் சாதியினர் என கருதிக் கொண்டிருக்கும் மக்களால் அடிப்படை நீதியை எவ்வாறு வழங்க இடியும். எனவே நமது வாழ்க்கையை சுதந்திரத்தை, சொத்துடைமயை இந்த பஞ் சாயத்துதாரர்களிடம் ஒப்படைக்க முடியுமா?

தாழ்த்தப்பட்ட மக்கள் தங்கள் உரிமைகளைப் பற்றி பேசினால், மேல் சாதியினர் தங்களது பொருளாதார ஆயுதத்தை பயன்படுத்தி அவர்களைப் பழிவாங்குகிறார்கள். தேவையான சாமான்களைக் கூட கடைகளில் வாங்கிட தடை விதிக்கிறார்கள். தாழ்த்தப்பட்ட மக்களின் நிலை இதுவே. அவர்கள் முற்றுகையிடப்பட்ட மக்களைப் போல் வாழ்ந்து வருகிறார்கள். இந்த நிலையில் நீதிமன்ற அதிகாரமும் பஞ் சாயத்துகளுக்கு என்பதை கற்பனையில் கூட எண்ண முடியாது. கிராம மக்களுக்கு குறைந்த செலவில் நீதி கிடைக்க வேண்டும் என்றால் நீதிமன்றங்களை பரவாலாக்குவதே வழியாக இருக்க முடியும். என்று பல்வேறு விளக்கங்களுடன் அம்பேத்கர் கிராம பஞ்சாயத்து மசோதாவை எதிர்க்கின்றார்.

இதனை தொடர்ந்து 1930 பிப்ரவரி 10, 11, 13, 24 ஆகிய தேதிகளிலும் கிராமப் பஞ்சாயத்து மசோதா பற்றிய விவாதங்கள் நடை பெறுகிறது. குறுநில விவசாயிகளுக்கான நிவாரணச் சட்ட மசோதா துண்டு, துண்டாய் சிதறிக்கிடக்கும் நிலங்களால் உற்பத்தி பாதிக்கப்படுகிறது எனவே பாகப்பிரிவினைகளைக் கட்டுப்படுத்துவது, நிலங்களை ஒருங்கிணைத்து பெரிய பண்ணைகளாக்குவது என்று மாநில நிலவரித்திட்ட ஆணையரால் பம்பாய் சட்டமன்றத்தில் மசோதா முன் மொழியப்படுகிறது. இந்த மசோதா மீதான விவாதத்தில் 10.10.1927, 24.01.1938 ஆகிய தேதிகளில் பங்கேற்ற அம்பேத்கரின் உரைகள் துண்டு, துண்டான நிலங்களால் தான் தீங்கு ஏற்படுத்துகிறது என்றும் விவசாயம் கட்டுப்படியாகமால் போகிறது என்றும் கூறப்படுவதை ஏற்க இயலாது; கட்டுப்படியாவது என்பது பண்ணையின் அளவை சார்ந்ததல்ல மாறாக உற்பத்தி அம்சங்களின் மீதுதான் சார்ந்திருக்க முடியும் என்பதை கூர்மையாக எடுத்துரைக்கிறது.

அளவுக்கு அதிகமாக மூலதனம், உற்பத்திச் சாதனங்களும் குவிந்து கிடக்கின்றன அவற்றை சிறிய அளவிலான நிலத்தில் பயன்படுத்த முடியவில்லை என்ற நிலையா இப்போது உள்ளது. நிலைமை இதற்கு நேர் மாறானது, பஞ்சாப் மாகாணத்தில் 2 ஏக்கர்களுக்கு ஒரு கலப்பை சென்னை மாகாணத்தில் 3 ஏக்கர்களுக்கு ஒரு கலப்பை பம்பாய் மாகாணத்தில் 6 ஏக்கர்களுக்கு ஒரு கலப்பை பயன்படுத்தப்படுகிறது. விவசாயிகளிடம் சாகுபடி செய்வதற்குத் தேவையான மூலதன வசதியோ, உழுபடைக் கருவிகளோ இல்லாத போது, பண்ணையின் அளவை விரிவாக்குவதால் என்ன பயன். நமது நிலங்களில் பல்லாயிரக்கணக்கான ஆண்டுகளாக சாகுபடி செய்கிறோம். எனவே நமது சாகுபடி நிலத்தின் வளம் குறைந்து வருகிறது. அமெரிக்காவில் உள்ளது போல் கன்னி

நிலம் அல்ல. எனவே அதிகமாக முதலீடு செய்து, அதிகமாக உழைப்பை ஈடுபடுத்தி தீவிர விவசாயம் ஒன்றே வழியாக இருக்க முடியும். மசோதாவில் கூறப்பட்டுள்ளது போல் பாகப்பிரிவினையைக் கட்டுப்படுத்துவதும் சிறிய அளவு நிலங்களுக்கு அருகில் அதிக நிலம் வைத்திருப்பவருக்கு சிறிய நிலங்களை விலைக்கு வாங்க முன்னுரிமை அளிப்பதும் நம்முடைய விவசாயிகளில் கணிசமானவர்களை நிலமற்றவர்களாக்கிவிடும். ஏழை, எளிய மக்கள் மேலும் ஒன்றுமற்றவர்களாக்கப்படுவது நல்லதல்ல. ஹிந்துச் சட்டம் பல குறைபாடுகளைக் கொண்டதாக இருப்பினும் அதில் உள்ள வாரிசு உரிமைப்பகுதி மக்களின் சிறந்த பாதுகாவலனாகத் திகழ்கிறது என்பதை மறுக்க முடியாது.

நிலம் முழுவதும் அரசாங்கத்திற்கே சொந்தமாக்கி, அதன் நிர்வாகம் முழுவதையும் அரசாங்கமே எடுத்துக் கொள்வதானால், சொத்துரிமைகள் பறிபோவது இவ்வளவு கவலையளிப்பதாக இருக்காது. ஆனால் இப்போது முன்மொழியப்பட்ட மசோதா நிலப் பிரபுக்களின் செல்வவளத்தை பெருக்கவே வழி வகுக்கும். சிறு விவாசாயிகளைப் பாதிக்காமல் கட்டுப்படியான விவசாயம் செய்வதற்கு விவசாயத்தில் கூட்டுறவு முறையைப் புகுத்துவது சிறந்த பலனை தரும் என்று கருதுகிறேன். கூட்டுறவுப் பண்ணைகள், பங்குதாரர்களைக் கொண்ட கம்பெனிகள் போன்றது. பங்குதாரர்கள் மாறினாலும் கம்பெனிகள் இருப்பதைப் போலவே கூட்டுறவுப் பண்ணைகளும் நீடித்திருக்கும்.

இந்த திட்டம் எளிய முறையில் செயல்படும், என்று மசோதாவிற்கு மாற்றுத் திட்டத்தை அம்பேத்கர் முன்மொழிகிறார்.

17

வரம்பற்ற அதிகாரக் குவியல் கூடாது

பம்பாய் நகர காவல்துறைச் சட்டத்திருத்த மசோதா (27.4.1938) என்ற பெயரில் பம்பாய் அரசுக்கும், பம்பாய் நகர காவல்துறை ஆணையருக்கும் கூடுதல் அதிகாரம் வழங்கும் சட்டத்திற்கு திருத்தங்களை முன்மொழிந்து அம்பேத்கர் பின் வருமாறு பேசுகிறார்.

சமூகத்தின் நலிந்த பிரிவினரை கொடுமைப் படுத்தும் தீயவர்களுக்கு பம்பாய் நகரம் இரையாகியுள்ளது. இத்தகைய கொடியவர்களுக்கு எதிராக காவல்நிலையமோ, நீதிமன்றமோ செல்லக் கூடிய உறுதியோ, ஆர்வமோ நலிந்த பிரிவினருக்கு இல்லை. ஆகவே தீயவர்களை தண்டிக்கும் அதிகாரம் காவல்துறை ஆணையருக்கு வழங்கப் படுகிறது என்று மசோதாவை முன்மொழியும்போது உள்துறை அமைச்சர் கூறினார். அவர் சுட்டிக் காட்டும் தீங்குகளுக்கு பெரிதும் பழக்கப்பட்டுப் போனவன் நான். 1911 முதல் 1933 வரை நகர மேம்பாட்டுத்துறை கட்டித்தந்த குச்சுகளில் தொழிலாளர்களுடன், அடித்தள மக்களுடன்

வாழ்ந்தவன் நான். பம்பாய் நகரின் மிக மோசமான பகுதி அதுவே. இந்தப் பகுதி எளிய மக்கள் தாதாக்களால் துன்புறுத்தப்படுவதை நேரில் அவர்களோடு வாழ்ந்து கண்டவன் நான்.

எனவே மசோதா நியாயமானதுதான். பம்பாய் நகரம் சந்திக்கிற மற்றொரு அபாயம் வகுப்புக் கலவரங்கள். 1851 முதல் 1938 வரை பம்பாய் நகரில் 9 வகுப்புக் கலவரங்கள் நடைபெற்றுள்ளன. முதல் இரண்டு கலவரங்கள் முஸ்லீம் பார்சிகளிடையே நடந்தன. இதர கலவரங்கள் இந்து, முஸ்லீம்களிடையே நடந்துள்ளன. என்னிடம் உள்ள விபரப்படி இந்து முஸ்லீம் கலவரங்களில் 504 பேர் உயிரிழந்துள்ளனர். 970 பேர் படுகாயமடைந்துள்ளனர். 60 கோயில்களும் 7 மசூதிகளும், 27 தர்காக்களும் அழிக்கப்பட்டுள்ளன. இத் தீமைகளை களைவதற்கு பயனுள்ள நடவடிக்கைகளை விரைந்து மேற்கொள்ள வேண்டிய காலம் வந்துவிட்டது.

(இந்து சமுதாயத்தின் எந்த வகுப்பை விடவும் சுதந்திரம் அதிகம் தேவைப்படுகிற ஒரு வகுப்பை சார்ந்தவன் நான். எனது வகுப்பின் நலன் கருதியும் நான் ஒரு வழக்கறிஞர் என்பதாலும் என்னுள் சுதந்திரத் தாகம் பொங்கிப் பொழிந்து கொண்டிருப்பதாலும் மக்களில், வெகுஜனப் பகுதியினரின் சுதந்திரத்தைப் பாதுகாக்கும் பொருட்டு சமுதாயத்தில் போக்கிரிகள் குற்றவாளிகள் போன்றோரின் சுதந்திரத்தை முடக்கி வைப்பது அவசியம் தான். ஆனால் என்னை கவலைக்குள்ளாக்குவது ஒன்றுதான். காவல்துறை ஆணையருக்கு இந்த மசோதா வழங்குகிற வரம்பற்ற அதிகாரம் தவறாக செயல்படுத்தப்படாமலிருக்க பாதுகாப்புகள் வேண்டும் என்பதற்காக மசோதா மீது பின் வரும் திருத்தங்களை முன் மொழிகிறேன்.

பொதுஅமைதிக்கு பங்கம் ஏற்படுத்துவார் என்று கருதப்படுபவன் காவல்துறை ஆணையர் விடுக்கும் காலக்கெடுவிற்குள் அவர் பம்பாய் நகரத்தை விட்டு வெளியேறி விட வேண்டும் என்று மசோதா கூறுகிறது.

பின்வரும் திருத்தம் அவசியமானது எனக் கருதுகிறேன். அதாவது காவல் துறை ஆணையர் இந்த அதிகாரத்தைப் பயன்படுத்துவதற்கு முன்னர் வகுப்புக் கலவரங்களாலோ, குழுக்களிடையே மோதல் காரணமாகவோ அமைதி பாதிக்கும் என்று அரசாங்கம் உறுதி செய்தால் நகரில் அவசர நிலை ஏற்பட்டுள்ளது என்று அரசாங்க கெஜட்டில் பிரகடனம் செய்ய வேண்டும். ஒரு மாதத்தில் அவசர நிலையை மீண்டும் புதுப்பிக்காவிட்டால் அவசரநிலைப் பிரகடனம் ரத்தாகும்.

இதன் மூலமாக காவல்துறை மூலமாக மக்களுக்கோ, சட்டமன்றத் திற்கோ தெரியாமல் காவல்துறை ஆணையர் இந்த அதிகாரத்தைப் பயன்படுத்த முடியாது. அரசாங்கமே தனது அதிகாரத்தை துஷ்பிரயோகம் செய்தால் பேரவையில் கண்டிக்க முடியும். அவ்வாறு வெளியேற்றப்பட்ட வருக்கு மாநில அரசுக்கு முறையீடு செய்யும் உரிமையை வழங்கிட

வேண்டும். வகுப்புக் கலவரங்கள் தவிர வேறெந்தக் காரணங்களுக்காவும் இந்த சட்டத்தை பயன்படுத்தக் கூடாது.

பம்பாய் நகராட்சிக்கு தொழிலாளர் களால் நான்கு உறுப்பினர்கள் தேர்வு செய்யப்படலாம் என்று இருப்பதுபோல் நகராட்சி ஊழியர்களால் இரண்டு உறுப்பினர்கள் தேர்வு செய்யப்பட வேண்டும் என்று ஏ.வி. சித்ரே முன்மொழிந்த திருத்தத்திற்கு ஆதரவு தெரிவித்து அம்பேத்கர் பின் வருமாறு பேசுகிறார்.

நகராட்சி ஊழியர்களே, நகராட்சியின் அனைத்துப் பணிகளையும் செய்கிறார்கள். மாநில அரசுப் பணியில் உள்ளவர்கள் தங்கள் உரிமைகளுக்கு பாதிப்பு ஏற்பட்டால் மேல்முறையீடு செய்து கொள்வது போல் நகராட்சி ஊழியர்களுக்கு மேல்முறையீடு செய்ய உரிமை இல்லை. தங்களுக்கு எதிரான மோசமான உத்தரவுக்கு எதிராகக் கூட எதுவும் செய்ய முடியாமல் இருக்கிற நகராட்சியின் ஊழியர்களுக்கு இந்த திருத்தம் துணை செய்யும் என்றார். அப்போது குறுக்கிட்ட அமைச்சர் வயதுவந்தோருக்கு வாக்குரிமை வழங்கப்போகிறோம்; எனவே தனியாக நகராட்சித் தொழிலாளர்களுக்கு பிரதிநிதித்துவம் தேவையில்லை என்றார். உடனே அம்பேத்கர் அப்படியானால் தொழிலாளர்களுக்கு நான்கு இடங்கள், பம்பாய் வணிகர் அமைப்பு, இந்திய வர்த்தகர் சங்கம், பஞ்சாலை அதிபர் சங்கம் ஆகியவற்றிற்கு தனிப் பிரதிநிதித்துவம் ஏன் வழங்குகிறீர்கள். வயது வந்தோருக்கு வாக்குரிமை என்பது நகராட்சியின் ஊழியர்களுக்கு மட்டும் எப்படிப் பொருந்தும் என்று கூறி திருத்தத்தை ஏற்க வேண்டும் என்றார்.

மது விலக்கு பற்றி

10.3.1927 அன்று பம்பாய் சட்டப் பேரவையில் மதுவிலக்கு பற்றி விவாதம் நடைபெற்றது. பம்பாய் மாகாணத்ததின் எல்லைக்குள் அருகில் ஹைதராபாத் நிஜாம் மதுக்கடை திறந்துள்ளதால் நாமும் நிஜாமின் எல்லை அருகே கடை திறந்துள்ளோம் என்றும், மது விற்பனையை கட்டுப்படுத்திட மதுவின் மீது கடும் வரி விதிக் கிறோம் என்றும் அமைச்சர் சட்டப்பேரவையில் கூறினார். இவ் விவாதத்தில் பங்கேற்றுப் பின் வருமாறு அம்பேத்கர் பேசுகிறார்.

ஒரு வழிப்பறிக் கொள்ளையை ஒருவன் செய்துவிட்டுப் பொருளைக் கவர்ந்து சென்று விட்டதனால், வழிப்பறிக் கொள்ளை நடத்தும் உரிமை தனக்கும் உண்டு என்பதுபோல் நிஜாம் எல்லையில் நாமும் கடை திறந்துள்ளோம் என்று அமைச்சர் கூறுவது. மேலும் மதுவிற்கு கூடுதல் வரி விதிப்பது தவறல்ல, ஆனால் இதன் எதிரொலியாக கள்ளச்சாராய விற்பனை அதிகரித்து விடக்கூடாது, மேலும் வரிவிதிப்பின் மூலம் கிடைக்கும் வருவாயைக் கொண்டு வாழ்க்கை ஏதோ வாழ்வதற்கு என்றில்லாமல் வாழ்க்கை மகிழ்ச்சிகரமானதாக்க வேண்டும் என்றார்.

தாயின் நலன் அரசின் கடமை

28.9.1928 அன்று மகப்பேறு நல மசோதா மீது அம்பேத்கர் பங்கேற்றுப் பின்வருமாறு பேசுகிறார்.

பொது விவகாரத்துறை அமைச்சர் பேசும்போது மகப்பேறு என்பது விபத்தல்ல. எனவே தொழிலாளர் நஷ்டாஈடு சட்டம் வழங்கும் உரிமையை இவ்விஷயத்தில் மாதர்க்கு வழங்கக் கூடாது என்றார். மகப்பேறு என்பது விபத்தல்ல என்பது சரிதான். ஆனால் அனுகூலங்களைப் பெறுவதற்கு மாதர்களை உரிமையற்றவர்களாக்கி விடக்கூடாது. மகப்பேறுக்கு முன்பு தாயை பாதிக்கும் நிலைமைகளும் குழந்தை வளர்ப்பும் மசோதாவின் பிரதானமான நோக்கமாக இருக்க வேண்டும். மகப்பேறுக்கு முன்னரும் பின்னரும் தாயின் ஓய்வு நாட்டின் நலனாகும். ஆகவே அரசு பளுவைத் தாங்கியாக வேண்டும். ஆகவே தான் மகப்பேறுத் திட்டம் உள்ள நாடுகளில் எல்லாம் அரசு குறிப்பிட்ட பகுதியை ஏற்றுக் கொள்கிறது. அதே நேரத்தில் பெண்களை வேலைக்கு அமர்த்திக் கொள்வதால் கூடுதல் வருவாய் கிடைக்கிறது என்றுதானே முதலாளிகள் பெண்களை வேலைக்கு அமர்த்திக் கொள்கிறார்கள். ஆகவே பெண்களை வேலைக்கு அமர்த்திக் கொள்ளும் முதலாளிகள் மகப்பேறு உதவித் திட்டத்தில் அவசியம் தனது பங்களிப்பை செய்திட வேண்டும். மசோதாவும் அவ்வாறே கூறுகிறது என்றார். ஆகவே மசோதாவை ஆதரிக்கிறேன். பம்பாய் மாகாணத்தில் மட்டும் செயல்படுத்துவது என்ன நியாயம் என்று கூறுகிறீர்கள். அப்படியானால் இந்த மசோதா பிரிட்டிஷ் இந்தியா முழுமைக்கும் விரிவுப்படுத்தப் படுகிறது என்று வைத்துக் கொள்வோம். அப்போதும் உலகம் முழுவதும் ஏற்றுக் கொள்ளும் வரை காத்திருப்போம் என்றும் கூறமுடியும். இவ்வாறு விவாதித்து காலம் கடத்துவதை விட தொழிற் சாலைகளில் படாத பாடுபட்டு உழைத்து வரும் ஏழைப் பெண்களுக்கு இந்த அவை நன்மைகளை வழங்க வேண்டும் என்று கேட்டுக் கொள்கிறேன் என்றார்.

கசையடித் தண்டனை தேவையா?

(18.2.1933 பம்பாய் சட்டப்பேரவை)

தொழிலாளர் வேலை நிறுத்தத்தின் போதும், உரிமை கோரி ஏழை மக்கள் கூட்டமாகத் திரளும் போதும் கலவரம் நடக்கலாம். மிகச் சாதாரணமாக நடக்கக்கூடியதும் மனித வாழ்வில் இயல்பாக நடக்கக்கூடியதுமான நிகழ்ச்சிகளுக்கு பொருந்தும் படியாக இப்போது சட்டப்பிரிவு காணப்படுகிறது. இதில் திருத்தம் செய்திட வேண்டும்.

இந்திய அரசின் சட்டப்புத்தகத்திலேயே கசையடித் தண்டனை ஏற்கப்பட்டுள்ளதால், வகுப்புக் கலவரங்களுக்கு மட்டும் பொருந்தும் படியாக இந்த சட்டப்பிரிவு மாற்றப்பட வேண்டும்.

அயோக்கியர்களின் புகலிடமா அரசியல்?

(23.8.1937 பம்பாய் சட்டப்பேரவை)

அமைச்சர்களின் மாத ஊதியம் ரூ.500 என முன்மொழியப்பட்ட மசோதா மீது அம்பேத்கர் விரிவாக உரை நிகழ்த்துகிறார். மாத ஊதியம் ரூ.4000த்திற்கும் அதிகமாக உள்ள பல நாடுகள் மற்றும் பல மாநிலங்கள் பற்றி பட்டியலிடுகிறார். (நாட்டின் முதன்மைக் குடிமக்களாகிய அமைச்சர்கள் பண்புமிக்க வாழ்க்கையை, கலை களுக்கும், கல்விக்கும் முக்கியத்துவம் அளிக்க கூடிய ஒரு வாழ்க்கையை மற்றவர் களுக்கு முன் மாதிரியாக விளங்கக்கூடிய ஒரு வாழ்க்கையை வாழ வேண்டும்) கொடி யேற்றுவது அணி வகுப்பு மரியாதையை ஏற்றுக் கொள்வது மட்டுமல்ல, சிந்தனைக் களஞ்சியமாக நிர்வாகத் துறையை இயக்குவது அமைச்சர் களின் பிரதான கடமை.

குறைந்த ஊதியத்தைப் பெற்றுக் கொள்வதுதான் பதவிக்கான தகுதி என்பது விவேகமற்ற முடிவு. ஏராளமான வசதிகள் கொண்ட செல்வந்தர்களே தனது சொந்த வகுப்பாரின் முன்னேற்றத்துக்காக அரசியல் அதிகாரத்தை தனதாக்கிக் கொள்ளும் நிலைமைக்குத் தான் இது வழிவகுக்கும். பணக்காரர்களின் ஏகபோக உரிமையாக அமைச்சர் பதவி மாறிவிடும். மக்களின் பிரதிநிதிகள் போலத் தோற்றமளித்தால் தான் மக்களின் நம்பிக்கையைப் பெறமுடியும் என்பது பாசாங்கு. அரசியல். அயோக்கியர்களின் கடைசிப் புகலிடமாக மாறிவிடக் கூடாது. எனவே தகுதியான, திறமையானவர்களைப் பயன்படுத்தும் விதமாக அமைச்சர்களுக்கு நல்ல ஊதியம் வழங்கிட வேண்டும்.

பெற்றோரைத் தண்டிக்கலாமா?

(20.1.1938 பம்பாய் சட்டப் பேரவையில் இளம் குற்றவாளிகள் நன்னடத்தை மசோதா மீது அம்பேத்கர்)

16 வயதிற்கு உட்பட்ட குற்றவாளிகளின் பெற்றோர் அல்லது பாதுகாவலர் கவனக்குறைவாக இருந்து அதனால் குற்றம் நிகழ்வதற்கு உடந்தையாக இருந்தார் எனத் தோன்றினால் பெற்றோர் / பாதுகாவலர் இழப்பீடு/ ஈட்டுத் தொகை வழங்க வேண்டும் என்று மசோதாவில் கூறப் பட்டிருந்தது. இதுகுறித்து அம்பேத்கர் தனது எதிர்ப்பைத் தெரிவிக் கிறார். இது பெற்றோர் பாதுகாவலர்களுக்கு மிகப் பெரும் அநீதி என்கிறார். ஒத்து ழையாமை இயக்கத்தில் பங்கேற்ற பிள்ளைகளின் பெற்றோர்கள் அரசுப் பணியில் இருந்தால் அவர்கள் மீது பிரிட்டிஷ் அரசாங்கம் ஒழுங்கு நடவடிக்கை எடுத்தது போல் உள்ளது இப்போது முன்மொழியப் பட்டுள்ள மசோதா. மேலும் கவனக்குறைவு, உடந்தை போன்ற வார்த்தைகளுக்கு என்ன அர்த்தம் என்பது பற்றி திட்ட வட்டமாக மசோதாவில் இல்லை என்று கூறி பெற்றோரைப் பொறுப்பாக்கக் கூடாது என்று மசோதா மீது பேசுகிறார்.

ஜாதவ்ஜி, திரஜ்லால் என்ற இரண்டு கைதிகளின் மனுவை உயர்நீதிமன்றம் தள்ளுபடி செய்த பிறகு அவர்களது தண்டனையை அரசு நிறுத்தி வைத்ததைக் கண்டித்து 7.3.1938 அன்று பம்பாய்

சட்டமன்றத்தில் திரு.ஜம்னாதாஸ் எம்.மேத்தா (இரயில்வே தொழிற்சங்கம்) ஒத்தி வைப்புத் தீர்மானத்தைக் கொண்டு வந்தார். இந்த தீர்மான விவாதத்தில் அம்பேத்கர் பங்கேற்றுப் பேசுகிறார்.

தண்டனை நிறுத்தி வைக்கப்பட்டுள்ள இருவரும் சூதாட்டத்தில் ஈடுபட்டது பிழைப்பிற்காக அல்ல... இருவரும் மிகப் பெரும் செல்வந்தர்கள். பணக்கார பனியாக்கள். மிகப் பெரிய அளவில் வியாபாரம் செய்து வருகிறார்கள். எந்தவிதக் காரணமும் இன்றி உள்துறை அமைச்சர் தண்டனையை நிறுத்தி வைத்திருப்பது மிகப் பெரிய ஊழல் என்றே குறிப்பிடத்தக்கது. இதைவிட சட்டம் ஒழுங்கை அவமதிக்கக்கூடிய செயல் வேறொன்றுமில்லை என்கிறார்.

18

முதலில் இந்தியர்களாக, முடிவிலும் இந்தியர்களாக

(தனி கர்நாடக மாநிலம் அமைப்பது பற்றி 1938ல் பம்பாய் சட்ட பேரவை விவாதம்)

இன்றைய கர்நாடகத்தின் ஒரு பகுதியும், குஜராத்தின் ஒரு பகுதியும் மகாராஷ்டிரத்துடன் இணைந்து இருந்த காலம் அது. கன்னட மக்களை ஒன்று சேர்ப்பது என்ற நோக்கில் "கர்நாடகத்தை ஒன்றிணைக்கும் கோரிக்கை" என்ற நூலை சுற்றுக்கு விட்டு தனி கர்நாடகம் அமைக்க வேண்டும் என அப்பகுதி உறுப்பினர்களால் அவையில் முன்மொழியப்பட்ட விவாதத்தில் பின் வருமாறு அம்பேத்கர் பேசுகிறார்.

செட்டியுல்டு வகுப்பைச் சேர்ந்தவர்களாகிய எங்களுக்கு நாங்கள் மகாராஷ்டிரர், குஜராத்தி, கன்னடர் என்றோ எங்களைக் கூறிக் கொள்வதில் பெருமைப்படவில்லை. இது எங்கள் நாடு அல்ல என்று நாங்கள் கருதுவதற்கு பல காரணங்கள் இருந்தாலும் அது பற்றி நான் பேசப்போவதில்லை.

கர்நாடகம், மகாராஷ்டிரா, குஜராத் ஆகியவை கடந்த 115 ஆண்டுகளாக இணைந்து உள்ளது.

மராத்தி மொழி பேசுபவர்கள் 98,68,795 பேர்

குஜராத்தி பேசுபவர்கள் 34,22,139 பேர் கன்னடம் பேசுபவர்கள் 32,66,223 பேர் இருக்கிறார்கள் இந்த அவையில் மக்கள் தொகைக்கு ஏற்ப ஒவ்வொரு பகுதிக்கும் பிரதிநிதிகள் இருக்கிறார்கள். சொல்லப் போனால் கூடுதலாகவே இருக்கிறார்கள். தனி கர்நாடகம் கோரி சுற்றுக்கு விடப்பட்டுள்ள பிரசுரத்தில் அதன், ஆண்டு வருவாய் இரண்டு கோடியே 57 இலட்சம் ரூபாயாக இருக்கும் என சொல்லப்பட்டுள்ளது. இது பம்பாய் நகராட்சியின் வருவாயை (4கோடி) விட மிகக் குறைவு.

இதை வைத்துக் கொண்டு மாநிலத்தை எவ்வாறு நிர்வகிக்க முடியும். வருவாய் இல்லாத துண்டுகளாக நாடு பிரிக்கப்படுவது வருத்தமளிக்கிறது. மாநிலத்தை பிரிப்பதால் புதிய மாநிலத்தின் தலைவர்களாக ஆக விரும்பும் சிலரது விருப்பத்தை வேண்டுமானால் அது நிறைவு செய்யும். ஆனால் உணவும் உடையும் உறைவிடமும் அளிக்கப்பட வேண்டிய பெருவாரியான மக்களைப்பற்றி சிந்திக்க வேண்டாமா

மாநிலங்கள் பிரிக்கப்படும்போது சிறுபான்மையினரும் பிரிக்கப்படுகிறார்கள். தீர்மானத்தை ஆதரித்துப் பேசுபவர்கள் முஸ்லீம்கள் மற்றும் தீண்டாதாரின் நலன்கள் பாதுகாக்கப்படும் எனப் பேசியது மகிழ்ச்சி அளிக்கிறது. ஆனால்

பெரும்பான்மை சமுதாயத்தைச் சேர்ந்த உறுப்பினர்கள் மற்றவர்களை தாங்கள் பெருந்தன்மையோடும், பரிவோடும் நடத்தப் போவதாக கூறுவது நல்லது. ஆனால் அவர்களது தாராள மனப்பான்மையை அல்லது பரிவுணர்வை மட்டும் நாங்கள் நம்பியிருக்க முடியாது. எங்களுக்கு உரிமைகள் வேண்டும். தாராள மனப்பான்மை உரிமைகளை வழங்கிட முடியாது

பிரிட்டிஷ்காரர்கள் அவர்களது சுயநலம் காரணமாக செய்ய தவறிவிட்ட காரியங்கள் பல உண்டு. ஆனால் அவர்கள் ஆட்சியில் மாபெரும் இரண்டு நினைவு சின்னங்களை விளங்குகின்றனர். ஒன்று ஒரு பொது சட்ட தொகுப்பை அளித்தது. காஷ்மீர் முதல் தென்னிந்தியா வரை அதை உணர முடியும். ஒரு கொலையை காஷ்மீர், பஞ்சாப், வடமேற்கு எல்லை, சென்னை எங்கு செய்தாலும் அது கொலைதான் நீங்கள் எங்கு சென்றாலும் சொத்து மாற்றம், சான்று என்பதல்லாம் ஒரே அர்த்தத்தை கொடுக்கும் இவை இதற்கு முன் நமக்கு கிடையாது.

இரண்டாவது ஒரு பொதுவான மத்திய அரசு. ஒருபொதுவான மத்திய அரசின் முக்கியத்துவத்தை ஒரு வேளை எல்லோரும் உணராமல் இருக்கலாம், ஆனால் அது மிக முக்கியமானது என நான் நினைக்கிறேன். இன்று நாம் ஒரே நாட்டை உருவாக்கும் பாதையில் சென்று கொண்டிருக்கிறோம். நாமெல்லாம் ஒருவரே என்ற உணர்வு ஏற்பட்டு இருக்கிறது என்றால் பொதுவான அரசுதான் காரணம்.) நாமெல்லாம் ஒரு பொது அரசாங்கத்தின் குடிமக்கள் என்று உணர்ந்து இருப்பது இதற்கு காரணம். இந்த இரண்டு அனுகூலங்களையும் கெடுக்க கூடிய எதையும் நாம் செய்யக்கூடாது. இந்த நாட்டில் எந்த ஒரு தனிக்கலாச்சாரத்திற்கும் அது இந்து கலாச்சாரமாயினும், முகமதிய கலாச்சாரமாயினும், குஜராத்தி அல்லது கன்னட கலாச்சாரமாயினும் எந்த ஒரு தனிக்கலாச்சாரத்திற்கும் இடமில்லை என்றே நம்புகிறேன். இவற்றில் மறுக்க முடியாத சில விசயங்கள் இருக்கதான் செய்கின்றன. ஆனால் பொது ஒற்றுமையை பாழ்படுத்தும் விதமாக நாம் அவற்றை வளர்த்துக் கொள்ள முடியாது.

நாம் முதலில் இந்தியர்கள் என்றும், இரண்டாவதாக இந்துக்கள் அல்லது முஸ்லீம்கள் என்றும் சிலர் கூறுவதை நான் விரும்பவில்லை.

எல்லா மக்களும் முதலில் இந்தியர்களாக முடிவிலும் இந்தியர்களாக இருக்க வேண்டும்

நாம் எல்லோரும் இந்தியர் என்ற உணர்வு கருவாகவே உள்ளது. அந்த உணர்வு இப்போதுதான் மலரத்துவங்கியுள்ளது. எனவே கலாச்சார வேட்கை, பிராந்திய பற்று போன்ற உணர்வுகளையும் கூடவே வளர விடுவோமாயின் அது மிகப் பெரிய குற்றமாகிவிடும் என்று பேசி அன்றைய காலச்சூழலில் தனி கர்நாடகம் என்ற கோரிக்கையை அவர் எதிர்க்கிறார்.

வேலை நிறுத்தம் என்பது சுதந்திர உரிமை

1934ம் வருட பம்பாய் தொழில் தகராறுகள் சமரச சட்டத்திற்கு பதிலாகவே இந்த மசோதா கொண்டுவரப்படுகிறது. 1934 சட்டத்தின் நோக்கம் சமரசம்தான். ஆனால் சுயவிருப்பத்தின் அடிப்படையில் அமைந்த சமரசம் அதன் மூலக் கோட்பாடு. ஆனால் தற்போதைய மசோதா (1938) கட்டாய சமரசம் என்கிறது. 1934 சட்டத்தின் விதிகளை திருத்தும் அளவுக்கு இந்த இடைப்பட்ட காலத்தில் என்ன நடந்துவிட்டது.

இந்த சட்டம் பின்வரும் சந்தர்ப்பங்களில் நடைபெற்றால் அது சட்ட விரோத வேலை நிறுத்தம் என்கிறது.

அ) தொழில் தகராறு பற்றி தொழிலாளர் ஆணையரோ, தொழிலாளர் நீதிமன்றமோ முடிவெடுத்து ஆணைகள் பிறப்பிக்கபடுவதற்கு முன்போ, ஆணைகள் நடைமுறைக்கு வந்து ஒராண்டு முடிவதற்கு முன்போ

ஆ) முன்னறிவிப்பு இன்றியோ

இ) எந்த ஆணையையும் தொழில் அதிபர் நிறைவேற்றத் தவறிவிட்டார் அல்லது அதில் மாற்றம் செய்து விட்டார் என்ற ஒரே காரணத்திற்காவோ

ஈ) பதிவாளரின் கவனத்திற்கு கொண்டு வராமலோ

உ) சமரச நடவடிக்கைகள் முடிவதற்கு முன்போ

ஊ) முறையீடுகள் சட்டப்படி தள்ளுபடி செய்யப்படுதற்கு முன்போ

எ) ஒப்பந்தம், உடன்படிக்கை, நடுநிலை தீர்ப்பிற்கு எதிராகவோ

ஏ) சமரச நடவடிக்கை பூர்த்தி அடைந்து இரண்டு மாதம் கழித்து நடைபெறும் வேலை நிறுத்தங்கள் சட்ட விரோதமானது என மசோதா கூறுகிறது.

சட்ட விரோதமாக்கப்படும் வேலை நிறுத்தங்களுக்கு தண்டணைகளை மசோதா நிர்ணயித்துள்ளது. சட்ட விரோதமாகக் கருதப்படும் வேலை நிறுத்தத்தை ஒரு ஊழியர் தொடங்கினாலோ ஈடுபட்டாலோ, வேலைநிறுத்தத்திற்கு மற்றவர்களை ஊக்குவித்தாலோ தூண்டினாலோ நிதிவழங்கினாலும், நிதி திரட்டினாலும், 6 மாதத்திற்கு மேற்படாத சிறை அல்லது அபதாரம் அல்லது இரண்டும் விதிக்கப்படலாம்.

இந்த மசோதா நியாயமற்றது என்று விளக்குவதற்கு அம்பேத்கர் முன் வைத்த விவாதங்கள் இதோ.

வேலை நிறுத்தம் என்றால் வேலை ஒப்பந்த மீறல் என்பதைத் தவிர வேறொன்றுமில்லை. வேலை ஒப்பந்த முறிவை கையாண்ட முதல் இந்திய சட்டம் 1859ல் கொண்டுவரப்பட்டது. அச்சட்டம் தொழிலாளர்களின் வேலை ஒப்பந்த முறிவு சட்டம் என அழைக்கப்பட்டது. இச்சட்டத்தின் கீழ் குறிப்பிட்ட பிரிவினரே வந்தனர். கம்பியர், கைவினைஞர் போன்றோரே வந்தனர். பிரிட்டிஷ் அரசாங்கம் தனக்கு அமர்த்திக் கொண்டிருந்த கம்பியர் மற்றும் கைவினைஞர்கள் முன் பணம் பெற்றுக் கொண்டு பயம் மற்றும் சூழ்நிலைக் காரணமாக சொந்த ஊருக்கு சென்று விடுகிறவர்களுக்காக இச்சட்டம் கொண்டு வரப்பட்டது. எனினும் இச்சட்டம் பயன் படுத்தப்படவில்லை. பின்னர் 1920ல் இச்சட்டம் திருத்தப்பட்டது திருத்தப்பட்ட சட்டத்தில் இரண்டு நல்ல அம்சங்கள் இருந்தன.

ஒன்று வேலை ஒப்பந்தம் மீறியதாக குற்றம் சாட்டப்பட்ட தொழிலாளியை தண்டிப்பதற்கு முன்பு வேலை ஒப்பந்தம் நியாயமானதா? என்பதை விசாரிக்கும் அதிகாரத்தை நடுவர் பெற்றிருந்தார். அவ்வாறு ஒப்பந்தம் நியாயமற்றது என்றால் அவர் தொழிலாளியை தண்டிக்க முடியாது. இரண்டாவது, பொய்யாக முறையீடு செய்யும் முதலாளியை தண்டிப்பதற்கு அதிகாரம் பெற்றிருந்தார்.

வேலை ஒப்பந்த மீறல் என்பது சற்று அச்சமூட்டுகிற வேலை நிறுத்தம் என்னும் சொல்லின் நயமிக்க வருணனையே. வேலை ஒப்பந்தத்தை மீறுவது குற்றம் அல்ல. இதை குற்றம் என்று இந்தியச் சட்டம் ஏன் அறிவிக்கவில்லை? குறிப்பிட்ட பணியைச் செய்து முடிக்க வேண்டுமென்று இந்தியச்சட்டம் ஏன் வலியுறுத்தவில்லை. காரணம் அவ்வாறு செய்வது ஒரு மனிதனை அவனது விருப்பத்திற்கு மாறாக பணியாற்றும்படி கட்டாயப்படுத்துவதற்கும், அவனை ஒரு அடிமையாக்குவதற்கும் ஒப்பானது என்றே சட்டம் கருதுகிறது.

(அப்போது அவையில் ஆளும் கட்சியினர் கேளுங்கள், கேளுங்கள் எனக் கிண்டல் தொனியில் சத்தம் எழுப்பினர்)

இதனை பொருட்படுத்தாமல் அம்பேத்கர் தொடர்கிறார். எனவே (ஒரு வேலை நிறுத்தத்தை தண்டனைக்குரிய குற்றமாக்குவது தொழிலாளியை அடிமையாக்குவதே அன்றி வேறல்ல. அடிமைத்தனம் என்பது என்ன? அடிமைத்தனம் என்பது சுய விருப்பமற்ற கட்டாய உழைப்பு. இது அறநெறிக்கு விரோதமனது. இது மனித சமுதாயச்சட்டத்திற்கு புறம்பானது இது நீதி முறைமைக்கு முரணானது. வேலை நிறுத்த உரிமை என்பதாக எதுவும் இல்லை என்று இப்பொழுது கூறப்படுகிறது. வேலை நிறுத்தம் என்றால் என்ன என்று புரிந்து கொள்ளாத ஒருவர்தான் இவ்வாறு கூறமுடியும். (வேலை நிறுத்தம் என்பது சுதந்திர உரிமையின் மற்றொரு பெயர். எப்போது சுதந்திர உரிமையை நாம் ஏற்றுக் கொள்கிறோமோ, அப்போதே வேலை நிறுத்தத்திற்கான உரிமையை நாம் ஏற்றுக் கொண்டவர்களாகிறோம்.)

ஸ்கொலோசர் எழுதிய தொழிற்சங்கங்களின் சட்டநிலை என்கிற புத்தகத்திலிருந்து பின் வரும் ஒரு பகுதியை படித்துக் காட்டுகிறார். தொழிலாளர்களின் நிலைமையை மேம்படுத்துவதற்கு நடைபெறும் வேலை நிறுத்தங்களோ, இதர ஒன்றுபட்ட நடவடிக்கைகளோ இங்கிலாந்து சட்டப்படி, சட்டவிரோதமானவை அல்ல. வேலை நிறுத்தங்கள் என்பவை தொழிலாளர்கள் இயல்பாகவே ஒன்று சேர்வதாகும். தொழிலாளர்கள் தங்களது சொந்த பாதுகாப்பின் பொருட்டு ஒன்று சேரும் உரிமை பெற்று இருக்கிறார்கள். தொடர்ந்து அம்பேத்கர் பேசுகிறார்.

ஒரு வேலை நிறுத்தத்தை தொடர்ந்து நடத்துவது சட்டவிரோதமானது அல்ல. ஏனென்றால் அது கூட்டு நடவடிக்கையாகும். இந்திய குற்றவியல் சட்டம் 120 ஏ என்பது கூட்டு சேருவதன் மூலம் தீங்கு விளைப்பது என்பதாகும். எனவே வேலை நிறுத்தங்களை 120 ஏ பிரிவின் கொண்டு வர வேண்டுமானால் வேலை நிறுத்தத்தின் நோக்கம் தீங்கு விளைவிப்பதே என்பதை அரசு தரப்பில் நிரூபிக்க வேண்டும். வேலை நிறுத்தத்தின் விளைவாக ஏதேனும் தீங்கு நேரிடுமானால். 120 ஏ பிரிவின்படி அந்த வேலை நிறுத்தம் சட்ட விரோதமான கூட்டு நடவடிக்கையாகிவிடாது. எனவே ஒரு வேலை நிறுத்தத்தை தண்டனைக் குரியதாக்குவதன் மூலம் இந்த மசோதா தொழிலாளர்களை அடிமைகளின் நிலைக்கு பிடித்து தள்ளுகிறது. உண்மையில் இந்த மசோதாவை "தொழிலாளர்களின் சிவில் உரிமை ரத்துச் சட்டம் என்றுதான் கூற வேண்டும்."

இந்த மசோதா ஏற்றுக் கொள்ளப்பட்டால் என்னவாகும் ஓர் ஆண்டு காலத்திற்கு எந்த தொழிலாளியும் போராட முடியாது. அதாவது ஓராண்டு காலத்திற்கு அப்பட்டமான அடிமைத்தனம்தான் கொட்டமடித்து வரும். அதன் பிறகு போராட்ட முன்னறிவிப்பு செய்ய வேண்டும். பதில் அளிக்க அவகாசம், பிறகு சமரச நடவடிக்கைகள் இதற்கு அரசு, அல்லது நிர்வாகம் எடுத்துக் கொள்ளும் காலம் 4 மாதம் 25 நாட்கள். இதன்பிறகு 2 மாதங்களுக்குள் வேலை நிறுத்தம் செய்ய வேண்டும். தொழிற்சங்க உளழியன் என்ற முறையில் கூறுகிறேன். 2 மாதங்கள் வேலை நிறுத்த தயாரிப்பிற்கு போதாது இரண்டு மாதங்கழித்து வேலை நிறுத்தம் செய்யக்கூடாது என்கிறது மசோதா. பிறகு என்னவாகும் 4 மாதம் 25 நாட்கள் காத்திருக்க வேண்டும். இவ்வாறு சட்டத்தின் சக்கரம் முடிவேயின்றிச் சுழன்று தொழிலாளர்களை பூரணமாய், என்றென்றைக்குமாய் அடிமைத்தனத்தில் ஆழ்த்துவது மனிதாபிமானமற்ற, இரக்கமற்ற, அரக்கத்தனமாகாதா என்கிறார்.

19

ஜனநாயகத்தை கேலிக்கூத்தாக்குவதா?

1938ல் பம்பாய் சட்டமன்றத்தின் முன் மொழியப்படும் இந்த தொழில் தகராறுகள் மசோதாவைத் தயாரித்தவர் 1929 சட்டத்தை தயாரித்தவரை விட பழமையில் ஊறிப்போனவர். சூரிய தொலைநோக்கு பார்வை இல்லாதவராக இருக்கிறார். அதேபோல் 1934 சட்ட மசோதா தாக்கலின் போது சமரச முயற்சி நடைபெறும் காலத்தில் வேலை நிறுத்தம் தடை செய்யப்பட வேண்டும் என்ற கோரிக்கையை சர் ராபர்ட் பெல் நிராகரித்து விட்டார். தற்போதைய மசோதா சமரச காலத்தில் வேலை நிறுத்தத்திற்கு தடை விதிக்கிறது. அதிகார வர்க்கத்தை சேர்ந்தவர் மேற்கொண்ட நிலைபாட்டை கூட மக்களால் தேர்வு செய்யப்பட்ட அரசு மேற்கொள்ள வேண்டாமா?

தொழிலாளி வர்க்கத்தை, கல்வி வசதியற்ற ஒரு வகுப்பாரை, உயிர் வாழ்க்கைக்கு வழியில்லாத ஒரு பிரிவினரை அடிமைப்படுத்தும் இந்த ஜனநாயகம், ஜனநாயகமே இல்லை. இது ஜனநாயகத்தைக் கேலிக் கூத்தாக்குவதைத் தவிர வேறல்ல.

அடிமைத் தொழிற் சங்கம்

மசோதா இரண்டு வகை தொழிற் சங்கங்கள்தான் செயல்பட முடியும் என்கிறது. முதல் வகை தொழிலகத்தில் பணியாற்றுகிற தொழிலாளர்களில் 20 சதவீதம் தொழிலாளர்களை உறுப்பினராக கொண்டிருப்பதாகவும் தொழில் அதிபரால் அங்கீகரிக்கப்பட்டதாகவும் இருக்க வேண்டும். இரண்டாவது வகை தொழிற்சங்கம் மொத்த தொழிலாளர்களில் 50 சதவிகிதத்திற்கும் அதிகமானோரை தனது உறுப்பினராக கொண்டிருக்க வேண்டும். இதற்கு தொழில் அதிபரின் அங்கீகாரம் தேவையில்லை. இந்த இரண்டு சங்கங்கள் தான் தொழிலாளர் பிரச்சனையில் தலையிட முடியும் என்கிறது

மசோதா. வெளிப்படையாக சொன்னால் ஒன்று அடிமைத் தொழிற்சங்கம், மற்றொன்று சுதந்திரமான தொழிற்சங்கம். தொழிலதிபரின் ஓப்புதல் பெற்ற சங்கம் அடிமைச் சங்கமாகத்தான் இருக்கமுடியும். அடிமைப் பட்டுக்கிடக்கும் ஒரு மனிதனை சுதந்திர மனிதன் என்று அமைச்சர் கருதுகிறார். தொழிற்துறையில் அமைதி நிலவுவதற்கு தொழிலாளி தனது எசமானனிடம் அடிமைப்பட்டுத்தான் இருக்க வேண்டும், கட்டுண்டு தான் கிடக்க வேண்டும் என்றும் அமைச்சர் கருதுகிறார். ஆனால் என்னைப் பொருத்தவரை இந்த மாதிரியான அமைதி தேவையில்லை. இந்த அமைதி பசி, பட்டினி அறியாத வயிறும், பொத்தானைத்தொடும் தொந்தியும் கொண்ட மனிதனுக்குரிய அமைதியே ஆகும்.

சுதந்திர தொழிற்சங்கத்திற்கு விதிக்கப்படும் நிபந்தனை என்ன? அது எப்போதும் 50 .1 தசவீகித உறுப்பினர்களை கொண்டிருக்க வேண்டும்.

அப்போது தான் எஜமானனின் நுகத்தடியில் இருந்து விடுபட முடியும். இது நடைமுறையில் சாத்தியமானதா?

ஒரு தொழில் ஒரு சங்கம்

ஒரு தொழிலில் அல்லது வாழ்க்கை தொழிலில் ஒரு சங்கம் தான் இருக்க முடியும் என்கிறது

மசோதா. உலகில் எந்த நாட்டிலாவது இந்த நிபந்தனை உள்ளதா? அணிதிரள்வதற்கு தங்களுக்கு விருப்பமான எந்த இயக்கத்தையும் தேர்வு செய்யலாம். பல தொழில் செய்பவர்கள் சேர்ந்து சங்கமாக சேரலாம். அது பொதுதொழிலாளர்கள் சங்கமாக இருக்கும். தொழிற்சங்க இயக்கத்திற்கு மூன்று வெவ்வேறு குறிக்கோள்கள் இருக்கிறது. ஒரு சங்கம் முற்றிலும் தொழிற்சங்க நோக்கம் கொண்டதாக இருக்கும். தொழிலாளர் நலன், ஊதியம், வேலை நேரம், பதவியர்வு முதலான வற்றில் மட்டும் தலையிடுகிற சங்கம். அவை தன்னை தூய தொழிற்சங்கம் என அழைத்துக் கொள்கிறது. இன்னொரு தொழிற்சங்கம் தொழிலாளர் நலன் என்பதோடு சமூக நோக்கங்கள் கொண்டதாக இருக்கும். இன்னொன்று தொழிலாளர் நலன் என்பதோடு அரசியல் நோக்கம் கொண்டதாக இருக்கும். தொழிலாளர்களின்

பொருளழுதார சமூக நிலையை உயர்த்துவதற்கு மிகச் சிறந்ததென தொழிற்சங்கம் கருதும் ஒரு குறிப்பிட்ட அரசியலை மேம்படுத்துவதே இங்கு அரசியல் நோக்கம் என்கிறோம். மேலும் சிறுபான்மையினர் தலித்துகள் ஆகியோர்கள் நலன்களை பாதுகாப்பதற்கு சில விசேச கோரிக்கைகள் வைப்பதற்கு ஒரு தொழிற்சங்கத்தில் உள்ள இதர உறுப்பினர்கள் உடன்படவில்லை எனில் அதில் அவர்கள் இணைவார்களா? எனவே, ஒரு தொழில் ஒரு சங்கம் என்பது நியாய மானதல்ல.

கோழிச் சூப்பு

ஒரு குடும்பத்தில் பலபேர் இருக்கிறார்கள் அதில் ஒருவர் நோயாளி அவர் விரைவில் குணம் அடைவதற்காக அவருக்கு கோழிச்சூப்பு தருகிறோம். குடும்பத்தில் உள்ள மற்றவர்களுக்கு தராததற்காக யாரும் குறை கூற முடியாது. நாம் விரும்புவது நியாயத்தைத்தான். பலவீன மானவர்களையும் பலமானவர்களையும் செல்வந்தர்களையும் ஏழைகளையும் படித்தவர்களையும் படிக்காதவர்களையும் ஒரே மாதிரியாக நடத்துவது முற்றிலும் நியாயமானதாக இருக்க முடியாது.

மூலதனமும் உழைப்பும்

அண்மையில் சில ஆலைகளை சென்று பார்த்தேன். ஆலையின் உரிமையாளர்களின் உறவினர்களுக்கு அது பூலோக சொர்க்கமாக உள்ளது. தொழிலாளர்களின் உழைப்பின் ஒரு பகுதி இப்படிப் பட்டவர்களுக்கு போகிறது. இவர்கள் தான் ஆட்டிப்படைத்து வருகிறார்கள். மூலதனத்தை புழக்கத்தில் விடுகிறார்கள். சகல விதமான காகித நடவடிக்கை தாள் அறிக்கைகள் மூலமாக அதனைப் பெருக்கி

ஊதவைக்கிறார்கள். தொழிலாளி ஊதிய உயர்வு கேட்டால் இது எனது மூலதனம் என்கிறார்கள் இவை எல்லாம் போலி மூலதனம் பங்கு மார்க்கெட் மூலதனம். வர்த்தகச் சூதாடி களால் ஊதி பெருக்கப்பட்ட மூலதனம். தொழிலில் கிட்டும் வருவாயில் கணிசமான பகுதியை இவர்கள் விழுங்கி விடுகிறார்கள். எஞ்சியுள்ளதை கொண்டுதான் தொழிலாளர்கள் தங்கள் வாழ்க்கையை நடத்துவதற்கு கட்டாயப் படுத்தப்படுகிறார்கள். அரசாங்கத்தின் பட்ஜெட் மூலமாக அரசின் நிர்வாகச் செலவுகளை அறியமுடிகிறது. அதுபோல தொழிலதிபர்களும் உண்மையான வரவு செலவு கணக்குகளை அரசிடம் தாக்கல் செய்யவேண்டும். ஏனெனில் அது அவரது மூலதனம் மட்டுமல்ல மற்றோரு மனிதனின் உழைப்பு, வியர்வை, ரத்தம் ஆகியவற்றால் தான் கோடிகோடியாய் வளர்கிறது. எனவே உண்மையை தொழிலாளி அறிந்து கொள்ள வாய்ப்பு தராமல் சமரசக்குழு அமைப்பதில் என்ன லாபம் இருக்க முடியும். அரசாங்கம் எப்போதும் தொழிலதிபரின் பக்கமே இருப்பதால் மூலதனத்திற்கும் உழைப் பிற்கும் சமத்துவத்துவமான அடிப்படை இல்லை. வேலை நிறுத்தங்களில் அரசாங்கம் போலிசை பயன்படுத்துவதிலிருந்தே இதனை அறிந்து கொள்ளலாம். பொது நிதியிலிருந்துதான் நாம் அனைவரும் கட்டுகிற வரியிலிருந்துதான் போலீஸ் பராமரிக்கப்பட்டு வருகிறது. அனைவரின் நன்மைக்காகவே போலீஸ் படை இருக்கிறது. தொழிலாளர்களின் வேலை நிறுத்தத்தால் அமைதி குலையும் என்ற காரணத்திற்காக மட்டுமே போலீஸ் படையை பயன்படுத்த எந்த அரசாங்கத்திற்கும் உரிமை இல்லை. போலீசை பயன்படுத்த வேண்டுமானால் அமைதிகுழைவிற்கு தொழிலாளியின் நியாயமற்ற கோரிக்கைதான் காரணம் என்பதை நிருபிக்கவேண்டும். அதை விடுத்து முதலாளியின் நியாயமற்ற நீதிக்கும், நேர்மைக்கும் புறம்பான ஒரு காரியத்தால் அமைதி குழையுமானால் அப்போது தொழிலாளர்களுக்கு எதிராக போலிசை பயன்படுத்துவதற்கு அரசாங்கத்திற்கு எந்த உரிமையும் இல்லை. தொழிலதிபர் தனது வரவு செலவு திட்டத்தை வெளியிடும்படி நிர்பந்திக்க படவேண்டும். அப்போதுதான் பேரம் பேசுகிற ஆற்றல் சமமாக இருக்க முடியும் அவ்வாறு செய்வீர்களா! செய்தால் முதலாளியின் ஆதரவை இழந்துவிடுவீர்கள். நீங்கள் இதை செய்யவில்லை யெனில் தொழிலாளர்களின் நண்பனாக இருக்க முடியாது. என்று தனது கருத்துக்களை எடுத்துரைத்து இந்த மசோதாவை ஏற்க முடியாது என்று கைதட்டல்களுக்கிடையில் தனது தனது உரையை நிறைவு செய்கிறார்.

முதலாளிகளின் கைக்கூலி போலீஸ்படை

(17 மார்ச் 1939 கலவரம் பற்றிய விசாரணைக் குழுவின் அறிக்கை மீதான விவாதத்தில்)

எல்பின்ஸ்டர் ஆலையில் தொழிலாளர்களின் வேலை நிறுத்தத்தின் போது போலீஸ் துப்பாக்கிச்சுடு நடத்துகிறது. தொழிலாளர்கள் சிலர் கொல்லப்படுகிறார்கள். இதனை விசாரிப்பதற்கு அரசு குழு அமைக்கிறது.

விசாரணைக்குழு தொழிலாளர்கள் மீது பழிபோடுகிறது. குழுவின் முடிவை ஏற்க மறுத்து அம்பேத்கர் பின்வருமாறு பேசுகிறார்.

விசாரணைக்குழுவின் முடிவு சரி என்றால் காரணமானவர்கள் மீது அமைச்சர் வழக்கு தொடரத்தயாரா? துப்பாக்கிச்சூடு நடத்திருக்கா விட்டால் வன்முறைகளைத் தடுத்திருக்க முடியாது என்கிறது குழு. இது உண்மை என்றால் துப்பாக்கிச் சூட்டில் ஈடுபட்ட போலீஸ் அதிகாரி ஒரு சாதாரண நீதி மன்றத்தில் வழக்கு தொடுத்து நாங்கள் செய்தது சரிதான் என்று ஒரு நீதிபதியின் முன் நிருபிப்பாரா? ஏனெனில் சட்டத்திற்கு ஒரு சாதாரண மனிதருக்கும் போலீஸ் அதிகாரிகளுக்குமிடையே வேறுபாடும் கிடையாது. எனக்கு கிடைத்த தகவல்படி ஆலை முதலாளி துப்பாக்கிச்சூடு நடத்தியவர்களுக்கு ரூ.200 பணப் பரிசு கொடுத்த தாராம். அரசு வளர்த்து வரும் இந்த போலீஸ் படை நியாயத்தை நிலைநாட்டுவதற்காக அல்ல முதலாளிகள் பயன்படுத்தும் கைக்கூலி என்பது தெளிவாகிறது. அமைதியையும் ஒழுங்கையும் நிலைநாட்டும் போது சுதந்திர உணர்விற்கும், விடுதலை உணர்விற்கும் மதிப்பளிக்க வேண்டாமா? சுயாட்சி என்பது நமது சொந்த மந்திரி நமது சொந்த மக்களையே சுட்டுள்ளுவதைத் தவிர வேறெதுவும் இல்லை என்றால் சுயாட்சி என்பது அமைச்சர் ஒரு குறிப்பிட்ட கட்சியை சேர்ந்தவர் என்பதற்காக பாராட்டுவதை தவிர வேறெதும் இல்லை என்றால் இந்த சுயாட்சி அகில இந்தியாவிற்கும் ஒரு சாபக்கேடே தவிர அருட்கொடை அல்ல என்று கைதட்டல்களுக்கு மத்தியில் தனது உரையை நிறைவு செய்கிறார்.

20

வாழவும், சுவாசிக்கவும் அனுமதிக்குமா?

தேர்ச் சக்கரத்தில்

பிரிட்டனுக்கும், ஜெர்மனிக்கும் இடையே நடைபெற்று வரும் உலக யுத்தத்தில் இந்தியாவை ஈடுபடுத்தும் விதமாக பிரிட்டிஷ் (போரில் பங்கேற்குமாறும், அதனைத் தொடர்ந்து அரசியல் அமைப்பு ரீதியான ஜனநாயகம் வழங்குவதாகவும்) வெளியிட்ட அறிவிப்பு குறித்து பம்பாய் சட்ட மேலவையில் கொண்டு வரப்பட்ட தீர்மானத்தில் அம்பேத்கர் பேசியது (25.10.1939)

யுத்தத்தில் இந்திய மக்களின் ஒப்புதல் இல்லாமல் பங்கு பெறச் செய்துள்ளதை ஏற்காத இத்தீர்மானத்தின் பகுதிக்கு ஒப்புதல் அளிக்கிறேன். பிரிட்டிஷ் மந்திரி சபையின் தேர்ச் சக்கரத்தில் கட்டப்பட் டுள்ளோம். பேரரசின் வெளியுறவுக் கொள்கை பிரிட்டிஷ் மந்திரி சபையின் கட்டுப்பாட்டில் உள்ளது. அதை உருவாக்குவதில் நமக்கு எந்தப் பங்கும் இல்லை. பயனும் இல்லை. நம்முடைய விருப்பமும், சம்மதமும் இன்றி இந்தப் படுகொலையில் நாம் இழுத்து விடப் பட்டிருக்கிறோம். இதோடு தீர்மானத்திற்கான எனது ஒப்புதல் முடிவடைந்து விடுகிறது.

இதற்கு கைமாறாக நமது தேசத்தில் நிறுவ இருக்கிற ஜனநாயகம் எவ்வாறு இருக்கும். ஜனநாயகம் என்றால் பெரும்பான்மையினர் ஆட்சி என்று பிரதமர் கருதுகிறார். இந்துக்கள் பெரும்பான்மையாக இருப்பதும், முஸ்லீம்களும், ஷெட்யூல்டு வகுப்பாரும், சிறுபான்மையாக இருப்பதும் மாற்ற முடியாத உண்மை. இந்த நாடெங்கிலும் ஒவ்வொரு இடத்திலும் சிதறிக் கிடக்கும் சில கொத்துக் கொத்தான குடிசைகளைக் கொண்ட ஒரு மகர்வாடா, ஒரு சம்பர் வாடா அல்லது ஒரு பங்கிவாடா இந்துக் கிராமத்தோடு இணைக்கப்பட்டிருக்கும். இது மறுக்க முடியாத உண்மை.

இந்தப் பெரும்பான்மை எங்களிடம் எவ்வாறு நடந்து கொள்ளும். இந்தப் பெரும்பான்மை சகிப்புத் தன்மை கொண்ட பெரும்பான்மையா? சமத்துவத்தையும், சுதந்திரத்தையும், சகோதரத்துவத்தையும் இந்தப் பெரும்பான்மை ஏற்றிருக்கிறதா? இந்தப் பெரும்பான்மை நாங்கள் வாழவும், சுவாசிக்கவும், வளர்ச்சியடைவதையும் எங்களை அனுமதிக்குமா?

அப்போது மாண்புமிகு அமைச்சர் பி.ஜி.கெர் நிச்சயமாக அனுமதிக்கும் என்றார். இதனை பலமாக ஆட்சேபித்த அம்பேத்கர் தனது உரையினை தொடர்கிறார்.

பொருளாதார அதிகாரம்

1929 ல் பம்பாய் சட்ட மேலவை செட்யுல்டு மக்களின் பிரச்னைகளுக்காக குழு ஒன்று அமைத்தது. (சார்ட்டி, அம்பேத்கர், சோலங்கி, தாக்கர் ஆகியோர் அதன் உறுப்பினர்கள்) அக்குழு பின்வருமாறு கூறுகிறது.

தாழ்த்தப்பட்டவர்களின் உரிமைகளுக்கு நாங்கள் பல பரிந்துரைகள் செய்துள்ளோம். ஆனால், அதை நடைமுறைப்படுத்த நீண்ட காலத்திற்கு சிரமமிருக்கும் என அஞ்சுகிறோம். அவர்களுக்கு எதிராக வைதிக இந்துக்கள் வெளிப்படையாக வன்முறையில் இறங்குகிறார்கள். பொருளாதார நிலை இரண்டாவது இடர்பாடு. வைதிக இந்துக்களின் நிலங்களை நம்பித்தான் வாழ்கிறார்கள். தங்கள் உரிமைகளைச் செயல்படுத்தத் துணியும் போது வைதிக இந்துக்கள் தங்களது பொருளாதார அதிகாரத்தை ஓர் ஆயுதமாக செலுத்துகிறார்கள். நிலத்திலிருந்து வெளியேற்றுகிறார்கள். ஊர்க் கட்டுப்பாடு விதிக்கிறார்கள். பொதுப்பாதை, பொதுக்கிணறு, மற்றும் கடைகளை பயன்படுத்த தடை விதிக்கிறார்கள். ஒரு தாழ்த்தப்பட்டவன் பூணூலில் அணிந்தாலோ, நிலம் வாங்கினாலோ, நல்ல உடை அணிந்தாலோ, மணமக்களை குதிரை மீதேற்றி ஊர்வலம் நடத்தினாலோ தாக்கப்படுகிறார்கள்.

1929 க்குப் பிறகு என்ன மாறியுள்ளது? மேலும் மோசமாகியுள்ளதே உண்மை என்று அம்பேத்கர் தொடர்கிறார். 1930 ல் ஒத்துழையாமை இயக்கத்தை காங்கிரஸ் அறிவித்தது. தண்டி யாத்திரையும் நடந்த ஆண்டு அது. ஒத்துழையாமை இயக்கத்தின் ஒரு பகுதியாக சட்டசபைக்கு யாரும் செல்லக்கூடாது என்பதற்காக காங்கிரஸ் எழுப்பிய கோஷம் எவ்வாறு இருந்தது.

கவுன்சில் மே ஜனாஹாம் ஹோ.

கவுன்சில் மே கோன் ஜாயகா

எதத் ஜாயகா சமார் ஜாயகா

இதனை விமர்சித்து டைம்ஸ் ஆப் இந்தியா தலையங்கம் எழுதியதை நினைவுபடுத்துகிறேன்.

வன்கொடுமைகள்

குஜராத் (அன்று மகாராஷ்டிராவின் பகுதி அது) அகமதாபாத் மாவட்டம் தோல்கா வட்டம் கவிதா கிராமம் பள்ளியில் குழந்தைகளை சேர்த்ததற்காக பிராமணர்கள் தீண்டாதார்களை தாக்கி அவர்களது குடிசைகளை மண்மேடாக்கி விட்டனர். இதற்குப் பிறகு அக்கிராமத்தை விட்டே பெரும்பகுதி தீண்டாதார்கள் வெளியேறிவிட்டனர்.

பார்மர் காளிதாஸ் சிவ்ராம் என்கிற தலாட்டி வேலை செய்த பங்கி சாதியைச் சேர்ந்த ஒருவர் பொதுக்கூட்டமொன்றில் எனக்கு கொடுத்த புகார் மனுவில் அதிகாரிகளாலும், பொதுமக்களாலும் தனக்கு ஏற்பட்ட அவமானங்களைக் குறிப்பிட்டிருந்தார்.

ஜம்னர் வட்டம் கேகாட்னிம் போர் கிராமத்து தீண்டாதார்கள் ஹோலிப் பண்டிகைக்கு நெருப்பு ஏற்பாடு செய்து தரவில்லை எனக் கடுமையாகத் தாக்கப்பட்டுள்ளனர். கட்டுப்பாடுகள் பல விதிக்கப்பட்டுள்ளன.

ஜம்னர் வட்டம் வடாலி கிராமம் தீண்டாதார்கள் திருமண ஊர்வலம் நடத்தியதற்காக சமூக பகிஷ்காரம் செய்யப்பட்டனர்.

ஆமல்னர் வட்டம் மண்டெட் கிராமம் தீண்டாதார்கள் துலீய்மையாக இருப்போம் என மாநாடு நடத்தி தீர்மானம் நிறைவேற்றியதைப் பொறுத்துக் கொள்ள முடியாத சாதி இந்துக்கள் ஒரு பன்றியைக் கொன்று குடிநீரில் போட்டு விட்டனர். கிராமத்திலிருந்தே தீண்டாதார் குடும்பங்கள் பல வெளியேறி விட்டன. இவ்வாறு நடந்த கொடுமைகளைச் சொல்ல ஒரு மாதம் கூட தேவைப்படலாம்.

நிர்வாகமும் நீதியும்

இந்தக் கொடுமைகளுக்கு எதிராக என்ன பாதுகாப்பு இருக்கிறது. அரசு நிர்வாகத்தின் இயைபு எவ்வாறு உள்ளது. மக்கள் தொகையில் மட்டுமல்ல. நிர்வாகத்திலும் சாதி இந்துக்களே பெரும்பான்மையாக உள்ளனர் என்று பட்டியல் ஒன்றை சமர்ப்பிக்கிறார். (பம்பாய் மாகாண வருவாய் துறையில் மட்டும்)

மொத்தம்	முஸ்லிம்கள்	கிறிஸ்துவர்கள்	எஸ்.சி	மாவட்ட துணை
ஆட்சியர்கள்	33	8	3	1
மம்லெட்தார்	100	30	3	1
தலைமை எழுத்தர்	246	19	7	
எழுத்தர்	2444	283	61	30

நீதிமன்றங்கள் எவ்வாறு உள்ளன. உதாரணமாக

சங்கம் எனர் முதல் வகுப்பு குற்றவியல் நடுவர் (1930) மன்றத்தில் 7 சாதி இந்துக்கள் குற்றம் சாட்டப்பட்டிருந்தனர். வட்டகான் லங்ட் என்னும் கிராமத்தில் 200 பேர் கம்புகள், மற்றும் ஆயுதங்களுடன் திரண்டு சென்று தீண்டாதார்களைக் தாக்கியது தொடர்பான வழக்கு இது. காயங்களுக்கு சாட்சியாக மருத்துவச் சான்றுகள் உள்ளன. தங்களுக்கு தண்டனை கிடைக்கும் என உறுதியாக நம்பிய குற்றவாளிகள் ரூ.300 கொடுத்து சமரசம்செய்து கொள்ள வற்புறுத்தி வந்தனர். நான் தான் சமரசத்திற்கு இடமில்லை. சட்டம் தன்வழியே செல்லட்டும் என்றேன். நடந்தது என்ன? அனைவரும் குற்றவாளிகள் அல்ல என விடுவிக்கப்பட்டனர்.

(பேரவைத் தலைவர் குறுக்கிட்டு உறுப்பினரின் உற்சாகத்தை குறைக்க விரும்பவில்லை. ஆனால், ஏற்கனவே, ஒரு மணிநேரம் பேசி விட்டார். சிறிது நேரத்தில் முடிப்பார் எனக் கருதுகிறேன் என்கிறார்)

அகுஷ்தி கிராமத்தில் தீண்டாதார்களைத் தாக்கிய இருவர் விடுவிக்கப்பட்டனர். புனா மாவட்டம் தாட்வாதி கிராமத்தில்

தீண்டாதார் மீது வேண்டுமென்றே பொய்வழக்கு பதிவு செய்யப்பட்டுள்ளது.

அரசியல் சூத்திரர்கள்

ஆகவே வகுக்கப்படும் எந்த அரசியல் அமைப்புச் சட்டமும் தீண்டாதார்களின் பாதுகாப்பிற்கு உத்திரவாதம் வழங்கவேண்டும் என்ற எனது திருத்தத்திற்கு போதுமான ஆதாரம் வழங்கியுள்ளேன் எனக் கருதுகிறேன். அமைச்சர் கூறுகிறார் உத்திரவாதம் இருக்கும் என்று எனது திருத்தம் தீண்டாதார்களின் பிரதிநிதிகள் திருப்தி அடையும் விதத்தில் அந்த உத்தரவாதம் இருக்க வேண்டும் என்பதே.

நாட்டை ஆட்சி செய்வதில் பங்கு இருக்க வேண்டும். நாம் ஒப்புக் கொள்கிறோமா, இல்லையோ, இந்த நாட்டின் அரசியல் அமைப்பு சதுர் வர்ணத்தின் பிரதிபலிப்பாகவே உள்ளது. சத்திரியன் ஆள வேண்டும், பிராமணன் ஆலோசனை கூற வேண்டும் வைசியன் வியாபாரம்

செய்ய வேண்டும். சூத்திரனும் ஆதி சூத்திரனும் ஊழியம் செய்ய வேண்டும. இதுதான் பண்டை கால நிலைமை. அரசியலில் இந்த நிலை மாறியுள்ளது. வைசியன் இன்று யாரும் வியாபாரம்

செய்யவில்லை. அப்படியே செய்தாலும் அரசியலில் தான் செய்கிறான். (சிரிப்பு) ஆக மாற்ற முடியாதது என்ன? ஆட்சி செய்வதில் சூத்திரர்களுக்குப் பங்கு இல்லை என்பதே. முடிவாக எங்களை "அரசியல் சூத்திரர்களாக்கும்" நிலை தான் உள்ளது. இதை நான் பொறுத்துக் கொள்ள முடியாது. இதை மாற்ற கடைசிச் சொட்டு ரத்தமும் சிந்துவேன். (அவையில் சிலர் கேளுங்கள்! கேளுங்கள் என கிண்டல் செய்கின்றனர்.)

சமூக, ஆதிக்கம், பொருளாதார ஆதிக்கம், மத ஆதிக்கம் ஆகியவற்றோடு அரசியல் ஆதிக்கம் என்பதை சகித்துக் கொள்ள மாட்டேன். அவர்களுக்குச் சுதந்திரமும் எங்களுக்கு பேராதிக்கமும் செய்யும் ஒரு அரசியல் அமைப்புச் சட்டத்தை ஏற்கமாட்டேன். சிறுபான்மையினர் பாதுகாப்பிற்கு ஒருவர் குரல் கொடுத்தால் சட்டம் எதிராகக் கிளம்பும் வகுப்புவாதி என முத்திரைக்குத்தும். இந்திய விரோதி நாட்டை சிதைக்க, அழிக்க வந்தவன் எனக்கூறும். நாங்கள் அவ்வாறானவர்கள் அல்ல. எங்களைப் புரிந்து கொள்ள வேண்டும்.

தெற்கு ஐரிஷ் மற்றும் அல்ஸ்டன் மக்களை ஒன்றிணைக்கும் நோக்கோடு ஏழாம் எட்வர்ட்டு மன்னர் பக்கிங்ஹாம் அரண்மனையில் மாநாடு நடத்தி அரசியல் அமைப்பை உருவாக்கினான். அந்த அரசியல் அமைப்பு அல்ஸ்டர் மக்களுக்கு பாதுகாப்பு வழங்கவில்லை எனில் 10 ஆண்டுகளில் அரசியல் அமைப்பில் இருந்து அல்ஸ்டர் மக்கள் வெளியேறலாம் என்றது.

ஆனால் அல்ஸ்டர் மக்கள் கூறியது என்ன? உங்கள் பாதுகாப்பை குப்பையில் போடுங்கள் என்றதுதான். நாங்கள் அவ்வாறு கூறவில்லை. எங்களுக்கு பாதுகாப்பை அளியுங்கள். உங்கள் சனநாயகத்தை நீங்களே வைத்துக் கொள்ளுங்கள் என்பதே.

எனது சீட்டுக்கட்டுக்கள்

எனது சொந்த நலன்களுக்கும், நாடு முழுமைக்குமான நலன்களுக்கும் முரண்பாடு வந்த போதெல்லாம், நான் சொந்த நலன்களுக்கு மேலாக நாட்டின் நலன்களையே எப்பொழுதும் முன் வைத்து வந்துள்ளேன்.

சொந்த ஆதாயம் என்ற பாதையில் நான் என்றுமே சென்றதில்லை, மற்றவர்கள் மாதிரி எனது சீட்டுகளை நான் நன்றாக ஆடியிருந்தால், நான் வேறொரு இடத்தில் இருந்திருக்க முடியும். நான் அவ்வாறு செய்யவில்லை. வட்ட மேசை மாநாட்டில் கலந்து கொண்டவர்களுக்கு இது தெரியும். அந்த மாநாட்டையே ஒரு கலக் கலக்கினேன். ஐரோப்பியர்கள் மலைத்தார்கள். ஆனால் நான் கட்டுப்படும் மற்றொரு விசுவாசம் உண்டு. அதை எப்பொழுதும் கைவிடமாட்டேன். அந்த நன்றி தீண்டாதவர் சமூகமே. அதை எப்பொழுதும் துறக்க மாட்டேன். நாட்டு நலன் தீண்டாதார் நலனுக்கும் முரண்பாடு வந்தால் தீண்டாதார் நலனுக்கே முன்னுரிமை ஒதுக்குவேன். நாடா? நானா? என்று வருகிற போது நாடென்றும், நாடா? ஒடுக்கப்பட்டவன்னா என்று வருகிற போது ஒடுக்கப்பட்டவர்கள் நலன் என்றும் தான் தீர்மானிப்பேன்.

(அப்பொழுது குறிக்கிட்ட பி.ஜி.கெர் உங்களது வாழ்க்கையை நன்கு அறிந்தவன் நான், நீங்கள் குறிப்பிட்டது முற்றிலும் சரி, ஆனால் நாடா? ஒடுக்கப்பட்டவர்களா? என்று வருகிற போது ஒடுக்கப்பட்டவர்கள் நலன் என்ற முடிவு சரியா? உடனடியாக அம்பேத்கர் நிச்சயமாக என்கிறார். மீண்டும் பி.ஜி.கெர் பகுதியானது முழுமையைவிட மேம்பட்டதாக இருக்க முடியாது. முழுமையில்தான் பகுதி அடங்கியிருக்க வேண்டும் என்கிறார்.

நான் முழுமையான ஒரு பகுதி அன்று. நான் தனித்து நிற்கும் ஒரு பகுதி என்று தனது வாதத்தை நிறைவு செய்கிறார்.

■

www.ingramcontent.com/pod-product-compliance
Lightning Source LLC
LaVergne TN
LVHW041753190726
843493LV00008B/2591